లత్కోర్ సాబ్

తెలిదేవర భానుమూర్తి

ఛాయ

హైదరాబాద్

LATKORSAAB
Novel

Author : **TELIDEVARA BHANUMURTHY**
©Author

First Edition :
March, 2023

Copies : 500

Published By:
Chaaya Resources Centre
103, Haritha Apartments,
A-3, Madhuranagar,
HYDERABAD-500038
Ph: (040)-23742711
Mobile: +91-70931 65151
email: chaayaresourcescenter@gmail.com

Publication No.: CRC- 94
ISBN No. 978-93-92968-57-0

Cover Illustration : **Cartoonist Shankar**
Book Design : **Kranthi,** 7702741570

For Copies:
All leading Book Shops
https:/amzn.to/3xPaeId
bit.ly/chaayabooks

అతడితడేను... వెరపెరుగడు పో

ఆ

సువిశాలమైన చిరునవ్వుతో నోరారా నోట్లో కిళ్ళీ ఎరుపుతో మా భానుమూర్తి పలకరింపు ఉదయం దినపత్రిక ఆఫీసులో నాకు అచ్చం సూర్యోదయం లాగే ఉండేది. చెప్పొద్దూ. ఈశ్వరుడు భానుమూర్తికి ప్రసాదించిన నున్నని బట్టతల లోపల, వెలుపల భావోద్వేగం ఇట్టే పలుకుతుంది. విషయం ఏదన్నది కాదు. అట్టి దానిపై తనకు తోచిన ముక్క నిర్మొహమాటంగా అనక మానని నిష్కల్మష జీవి. అతని నోటి నుండి సరఫరా అయ్యే మాటలకు అవతలి వారు ఏమౌతారన్నది సదా అప్రస్తుతం తనకు. అదే ధోరణిలో మన చుట్టూ కొండ చిలువలా అల్లుకున్న తలతిక్క సమాజ వ్యవహారాలపై సెటైర్ శరసంధానం చేస్తుంటాడు రాతపూర్వకంగా. అతని రాతలన్నీ దాదాపు అవేను రచనలో వ్యంగ్యమే తనకి ముచ్చట. పువ్వు చుట్టూ సీతాకోకచిలుక చక్కర్లు కొట్టినట్టు తన వ్యంగ్య రచనలో సన్నని హాస్యం తళతళలాడే పద్ధతి చూసుకుంటాడు. తను రాసిన చల్నేదో బాలకిషన్ ఇందుకు మంచి ఉదాహరణ. భానుమూర్తి రచనలన్నీ ఇలాగే నడుస్తూ వచ్చాయి.

ఇప్పుడిదిగో ఈ కొత్త నవల. వ్యంగ్యం దట్టించి అస్త్రాలతో మీ చేతికి చేరింది. నవల పేజీలు పాఠకులను పట్టి విడువవు. అదీ భానుమూర్తి రచనా శైలి. ఈ నవల అచ్చువడానికి ముందే నేను చదివాను గనుక భానుమూర్తి గుట్టు బయిట పెట్టక తప్పింది కాదు. నవలలో గమ్మత్తుగా కథలోంచి కథ దృశ్యాలు వరుస పెట్టి చదివించే పట్టుదల పాత్రలు ఉన్నాయి. అలవోకగా దోశ తిరగేసినట్టు సంఘటనలు దొర్లిపోతుంటాయి. బాధ్యతారహితంగా ఉండే ఓటర్లనే జీవులకు ఇందులోని సెటైర్ గుప్పెడు గుండు సూదుల్లా గుచ్చుకోక మానవు మరి.

నిజానికి సర్వ అధికార స్థావరాల్లో గల సకల తైనతి గాళ్ళనీ, వారి నాయకమన్యులనూ కలిపి దుంపనాశనం చెయ్యగల వ్యంగ్య మంత్రోచ్ఛాటనలు, ఇందులోని వాక్యాలు అలా రాసి వెరుపెరగని రచయిత సత్తా ఇది.

అలాగని ఈ పాటి రచనలే సామాజిక అనారోగ్య కారకులకు గుచ్చుకుని వేధిస్తాయా? కానిస్తురూ... తియ్!... అని దులిపేసుకు పొయ్యే వారి కోసం కాదు వ్యంగ్య రచన.

యుద్ధానికి దిగాక ఛాతీని చీరేసే ఇనుప మొగ్గల బాణాలే వాక్యాలుగా కావలసిన తక్షణావశ్యకాలని నెరనమ్మిన రచయిత భానుమూర్తి. కనుకనే తాను ఎక్కి పెట్టిన బాణాలు ఎవరినుద్దేశించినవో నవలలోని కాసిని పేజీల్లోనే స్పష్టం అవుతుంది. అలా వ్యంగ్య వ్యూహ పద రచన నేడు ఎంత అవసరమో కూడా పాఠకులకు గుర్తు చేస్తుందీ నవల.

చాలాకాలం తర్వాత నా కంటికి ఇలాంటి నవల ఎదురయింది. ఇక్కడ నేను అంటే పాఠకుడిని అని... ధోరణి తెలిసి వైఖరి స్పష్టమయ్యాకా మనం పసిగట్టలేని ఏదో గహన విచిత్రం నవలలో నడయాడుతుందని నేను చెప్పడం లేదు కానీ చదువుతుంటే ముచ్చటేదో తెలిసిపోతున్నా సరే సునిశిత హాస్యం, వ్యంగ్యం కలిసి చదువరిని ఆవహించడం మాత్రం ఖాయం. సినిమా చివర్లో ఆ చిన్న కుర్రవాడు ఆ భవనం మీద బలం చాలకపోయినా విసిరిన రాయి లాంటిదే ఈ నవల తాలూకు వ్యంగ్యాస్త్రం.

గతంలో ఒకనాడు అబూఅబ్రహం వంటి కార్టూనిస్టులు ఒక ప్రశ్నతో చికాకు పడ్డారు. తమ కార్టూన్లలో హ్యూమరసం చురుక్కుమనిపించగల సున్నిత స్థాయిలో రాజకీయాలు లేవు కనుక అసలు కార్టూనింగ్ మానుకోవాలా? అనుకునే దాకా జరిగింది కథ..... అంటే రాజనాల విలన్ హాసం చేస్తుండగా శ్రీమతి కృష్ణ కుమారి

కోపంగా అతనిపై పువ్వు విసిరినట్టన్నమాట!

ఏదీ అధికార రాకాసి మూకకు చీమ చిటుక్కుమనదు. గనుక వ్యంగ్యం మానుకోవాలా? అని రచయితలు అనుకోరాదు. ఎంత సెటైర్ కి అంత పదును...... మాఫలేషు కదాచన వ్యవహారం! కాబట్టి మర్యాద మీరిన కోపం, ఘాటైన వ్యంగ్యం పూసిన పదాలుగా అస్త్ర సంధానం చెయ్యడం ముమ్మాటికీ ముఖ్యమని ఈ నవల మర్యాదగా చెప్తుంది.

నవల బహుబాగుంది. చదవడం పూర్తవగానే సమాజ రోగం కుదురుతుందని భయపడకండి. అసలిలాటి నవల రాయడం మహా సాహసం! భానుమూర్తీ.... భలే పని చేసావు పో!

- శివాజీ తల్లావజ్ఝల

1

అతను నిత్యాగ్నిహోత్రుడు.

ఇది అందరూ అనేమాట. అన్నమాటే, ఉన్నమాట.

అతను పంచెకట్టని పౌరాణికుడు.

అతను చెప్పేవి ఒట్టి కట్టుకథలని గిట్టనివారి మాట.

అతనే నిత్యానందుడు... సార్థక నామధేయుడు.

ఇది అందరూ చెప్పుకునే మాట. ఒప్పుకునే మాట.

నిత్యానందుడు సన్నగా ఉంటాడు. అతని మీసకట్టూ సన్నగానే ఉంటుంది. జుట్టు నుదుటిపై పడుతూ ఉంటుంది. దాన్ని అప్పుడప్పుడూ కుడిచేత్తో పైకనుకుంటూ ఉంటాడు. అతని తండ్రి భూస్వామి. నంబర్ వన్ కాంట్రాక్టర్. తల్లితండ్రులకి అతనొక్కడే కొడుకు. అతను పాడిందే పాట.

నిత్యానందుడు రాజనీతి శాస్త్రంలో పరిశోధన చేసాడు. డాక్టరేట్ పట్టా తెచ్చుకున్నాడు. ఆపై మహామంత్రి చేతుల మీదుగా స్వర్ణపతకం!అతని తండ్రికి

రాజకీయంగా ఎంతో పలుకుబడి ఉంది. ఆ కారణంగా ఏ యూనివర్సిటీలో అయినా లెక్చరర్ గా అతనికి ఉద్యోగం దొరికేది. అది కాకపోతే మరే ఉద్యోగమైనా అతి సులభంగా దొరికేది. కానీ, అతనికి ఉద్యోగం చెయ్యడం ఇష్టం లేదు. ఎన్ని తరాలైనా తరగని ఆస్తి. కాబట్టి, పని చెయ్యాల్సిన కర్మ తనకేం పట్టిందనే అభిప్రాయం అతని పేగుల్లో జీర్ణించుకుపోయింది. ఎప్పుడూ అతని చుట్టూ ఐదారుగురు స్నేహితులు ఉండేవారు.

వాళ్లకతను టీ తాగిస్తాడు. టిఫిన్లు పెట్టిస్తాడు.
సిగరెట్లిస్తాడు. సినిమాలు చూపిస్తాడు.
మందు కొట్టిస్తాడు. విందులిస్తాడు.
వినోదాల్లో ముంచేసి ఉక్కిరిబిక్కిరి చేస్తాడు.

ఆరోజు సూర్యుడింకా చీకటి దుప్పటి కప్పుకోలేదు. చుక్క కన్నెలకు కన్ను కొట్టడానికి చంద్రుడింకా రాలేదు. ఆకాశంలో కొంగలు బారులు తియ్యలేదు. పశువులను తోలుకుని కాపరులింకా ఇళ్ళకి మర్లలేదు. వీధరుగుల మీద అమ్మలక్కల ముచ్చట్లు మొదలు కాలేదు.

తమ ఇంట్లో డ్రాయింగ్ రూమ్‌లో మిత్రబృందంతో పరివేష్టితుడైన నిత్యానందుడు సిగరెట్ ముట్టిచ్చి రింగురింగులుగా పొగ వదులుతూ కొత్తపురాణం మొదలుపెట్టాడు.

ఇతి లత్కోర్ పురాణం ఆరంభం.

2

అలవైకుంఠపురం కాదు. అది అమరావతి. ఆ పురిలో అదే ఇంద్రసభ. ఆ సభలో తమతమ ఆసనాలపై మునులున్నారు. వారికెదురుగా ఉన్న ఆసనాల్లో దేవతలున్నారు. స్వర్ణ సింహాసనంపై ఇంద్రుడున్నాడు. ఆయన పక్కన శచీదేవి లేదు. వజ్రాయుధం ఉంది. ఎప్పుడు ఏ రాక్షసరాజు వచ్చి తన మీద పడతాడో, ఎక్కడ తన పదవి ఊడిపోతుందో అనే భయం వల్ల ఇంద్రుడు ఎల్లవేళలా వజ్రాయుధం పక్కనే ఉంచుకుంటాడు.

పదవిలో ఉన్నవాడు ఎల్లకాలం పదవిలోనే ఉండాలనుకుంటాడు. పదవి లేనివాడు దానికోసం పాట్లు పడుతుంటాడు. పదవీ, పక్కింటి మిటారి పెదవీ

ఒకలాంటివే.

ఆ రెండూ సులభంగా దొరకవు. ఇందుకు ఎమ్మెల్యే అప్పలనరసయ్యే మంచి ఉదాహరణ.

"పురాణం మొదట్లోనే పిట్టకథా?" సందేహాల్రావు అడిగాడు.

"ఇది అన్ని పురాణాల్లాంటిది కాదు. ఈ లత్కోర్ పురాణం పిట్టకథ తోనే మొదలవుతుంది. చెయ్యి ఇయ్యని రాజకీయ నాయకుడూ; పిట్ట కథలు లేని పురాణమూ ఉండదు. అప్పల నరసయ్య వరుసగా అయిదుసార్లు ఎమ్మెల్యేగా గెలిచాడు. ప్రతీసారీ, ఈసారి మంత్రి పదవి ఖాయమనుకుంటే ఖాయమనుకునేవాడు. కానీ అతనికా పదవి దక్కలేదు. నాలుగు సార్లూ అతను నిబ్బరంగా ఉన్నాడు. ఐదోసారి మాత్రం మంత్రి పదవి రాకపోవడంతో అతను గాలిపోయిన సైకిల్ ట్యూబులాగయ్యాడు. అతనికి గుండెపోటు వచ్చింది. ఆస్పత్రికి తీసుకుపోయే లోపల అతను హరీమన్నాడు.

ఆయన గారి అంతిమ యాత్ర మొదలైంది. దింపుడు కల్లెం దగ్గర పాడె దించారు.

"మిమ్మల్ని వాణిజ్యశాఖ మంత్రిగా నియమించారు " అని ఒక చెంచా వచ్చి అప్పల నరసయ్య చెవిలో చెప్పాడు. అంతవరకూ శవమై ఉన్న అప్పల నరసయ్య అమాంతంగా లేచి కూర్చున్నాడు. పదవీకాంక్ష అలాంటిది.

ఇంక అసలు కథలోకొస్తాను. సిల్క్ స్మిత డాన్స్ కోసం ఎదురుచూసే సినీ ప్రేక్షకుల్లాగ ఇంద్రసభలో అందరూ అప్సరసాంగన నృత్యం కోసం ఎదురుచూస్తున్నారు.

మహేంద్రుని ఆజ్ఞ మేరకు మేనక సభాప్రవేశం చేసింది.
ఆమె అందమైన నవ్వులా ఉంది.
మెరుపుతీగకు పూసిన పువ్వులా ఉంది.
లేలేత సూర్యకాంతిలా ఉంది.
చూపుల్ని ఆకర్షించే అయస్కాంతంలా ఉంది.

వీణా వేణు మృదంగవాద్య సహకారంతో రాగభావతాళయుక్తంగా పాడే తుంబురుని గానానికి మేనక అతి మనోహరంగా నాట్యం చేస్తోంది.

అందరూ మైమరిచి ఉన్న ఆ సమయంలో

"పాహిమాం, పాహిమాం, రక్షమాం, రక్షమాం" అంటూ ఆయన సభలోకొచ్చారు.

తుంబురుని గానమాగిపోయింది. మేనక నృత్యం నిలిచిపోయింది. అందరూ విసుక్కుంటూ వచ్చినాయన వైపు చూసారు. వచ్చిన వాడు ఫల్గుణుడు కాదు. అగ్నిదేవుడు. ఆయనెందుకో బాధపడుతున్నాడు.

"నీకేమైంది?" ఇంద్రుడు అగ్నిని అడిగాడు.

"అజీర్తి ప్రభూ"

"అజీర్తి ఎందుకొచ్చింది?"

"మీకు తెలియదా మహేంద్రా?"

"ఈ మధ్య నారదుడు రాలేదు. ఆయనొస్తేనే కదా మాకు అన్ని విషయాలూ తెలిసేది."

"ఏం చెప్పమంటావు దేవా? భూలోకంలో లత్కోర్ అనే మంత్రి ఉన్నత పదవీప్రాప్తి యాగం చేస్తున్నాడు. మంత్రాలు చదువుతూ టన్నుల కొద్దీ నెయ్యిని రుత్విక్కులు యజ్ఞగుండంలో కుమ్మరిస్తున్నారు. ఆ నెయ్యి మూలంగా నాకు అజీర్తి పట్టుకుంది."

ఉన్నత పదవీప్రాప్తి అన్న మాట వినగానే ఉత్త పుణ్యానికే ఇంద్రుడు ఉలిక్కిపడ్డాడు.

ఆందోళన చెందాడు. ఆలోచనలో మునిగాడు. ఆకరికి దేవగురువు బృహస్పతి వైపు చూసాడు. ఆ చూపులోని ఆంతర్యాన్ని గ్రహించి

"మీ పదవికొచ్చిన ప్రమాదమేమీ లేదు. మంత్రికి మహామంత్రి పదవే ఉన్నత పదవి" అని దేవగురుడన్నాడు.

అగ్నివైపు చూసి"ద్వాపరయుగంలో కూడా నువ్వు ఇలాగే అజీర్తితో బాధపడ్డావు కదా ?" అన్నాడు ఇంద్రుడు.

"అవును దేవా. అప్పుడైతే కృష్ణార్జునుల సహకారంతో ఖాండవ వనాన్ని దహించాను. దాంతో నా అజీర్తి తగ్గింది."

"ఇప్పుడూ అదే పని చేస్తే సరి"

"ఇప్పుడు అడవులెక్కడ ఉన్నాయి? ఉన్న ఒకట్రెండు అడవుల్నీ దొంగీ బాబాలు కబ్జా చేసారు. వాటిలోని మూలికలతోనూ, మొక్కలతోనూ మందులు చేసుకుని అమ్ముకుంటున్నారు. కోట్లు సంపాదిస్తున్నారు"

"అశ్వనీ దేవతల దగ్గరకి వెళ్ళలేకపోయావా ?"

"అదీ అయ్యింది. వాళ్ళు నా అజీర్తికి తమ వద్ద మందు లేదన్నారు."

"దేవగురూ, అగ్ని అజీర్తి తగ్గే మార్గమేమీ లేదా ?" బృహస్పతిని ఇంద్రుడడిగాడు.

"ఎందుకు లేదు? ఉంది"

"అదేమిటి?"

"ఉన్నత పదవీ ప్రాప్తి యాగం చేస్తున్న లత్కోర్ మంత్రి రెండురోజుల్లో మహామంత్రి అవుతాడు. మహామంత్రి కాగానే యాగం నిలిపేస్తాడు. యాగం నిలిచిపోవడంతో అగ్ని అజీర్తి తగ్గిపోతుంది." బృహస్పతి అలా చెప్పగానే ఆనందంతో వెలుగుతూ అగ్ని మాయమయ్యాడు. అగ్ని రాకతో ఆగిన మేనక నృత్యం తిరిగి మొదలైంది.

3

మేరు పర్వతానికి దక్షిణ దిశలో కంగాళీ దేశముంది. ఆ దేశంలో దిక్కుమాలిన రాష్ట్రముంది. ఆ రాష్ట్రంలో పనికిమాలిన ప్రభుత్వముంది. ఆ ప్రభుత్వంలో లత్కోర్ అనే మంత్రి ఉన్నాడు. అతనే ఉన్నత పదవీ ప్రాప్తి యాగం చేసి అగ్నిదేవుడికి అగ్ని పరీక్ష పెట్టాడు.

అమ్మో నగరం దిక్కుమాలిన రాష్ట్ర రాజధాని. ఆ నగరంలో అసెంబ్లీ ఉంది. సెక్రెటేరియట్ ఉంది. హైకోర్టు కూడా ఉంది. ఆ నగరంలో మురిక్కాలవలున్నాయి. గుంతల రోడ్లున్నాయి. చెత్త గుట్టలున్నాయి. మురికివాడలున్నాయి. వాటిలో పిల్లాజెల్లాతో పందులు తిరుగుతుంటాయి.

దిక్కుమాలిన రాష్ట్రంలో అదొక దిక్కూమొక్కూలేని ఊరు. ఆ ఊళ్ళో పదివేల

గడపుంది. బడి ఉంది. గుడి ఉంది. ఆ ఊరి చివర చెరువుంది. ఆ చెరువులో కలువ పూలున్నాయి. చేపలున్నాయి. తాబేళ్ళు ఉన్నాయి. ఆ చెరువు పక్కనే తమలపాకు తోటలున్నాయి.

ఆ ఊరిలో సినిమా హాలు లేదు. అప్పటికింకా టీవీలు రాలేదు. దాంతో వినోద కాలక్షేపానికి ఆ ఊరి జెనం వీధి భాగోతాల్నీ, బుర్ర కథల్నీ, హరికథల్నీ ఆశ్రయించేవారు.

వీధి భాగోతాలకు నారయ్య బృందానికి గట్టి పేరుంది. వారు రకరకాల భాగోతాలాడేవారు. ఆ ఊళ్లోనే కాకుండా చుట్టుపక్కల ఊర్లలో కూడా ప్రదర్శనలిచ్చేవాళ్ళు. దిక్కూమొక్కూ లేని ఊరి జనాలకు కృష్ణుడంటే వీధి భాగోతంలోని కృష్ణుడే. ఆ ఊరి దొరసాని కృష్ణ వేషధారి మీద మనసు పారేసుకుంది. ఆ రోజు భాగోతమయ్యాక అతన్ని కలిసింది.

"నా మొగుడింట్ల లేడు. గీరాత్రి కిష్ణుని యేసంలనే మా ఇంటికిరా. నాత్రంత నాతోనే ఉండు. నీకేం గావాలంటే గది ఇస్త" అని అన్నది.

"గీ సంగతి దొరకెర్కైతే నా బొక్కలు చూరచూర చేస్తడు."

"నువ్వేం బుగులు పడకు. నేను గాళ్ళతోని, గీళ్లతోని బోతున్ననని గానికెర్కే"

"మీ ఇంట్ల పెద్ద కుక్కున్నది."

"మా కుక్కని కట్టేసి ఉంచుత. తప్పకుంటరా. యాది మర్వకు" అని దొరసాని అన్నది.

భాగోతుల నారయ్య కొడుకే లక్ష్మీకాంత్. చిన్నారి పొన్నారి చిరుత కూకటి నాడే వాడు చిన్ని కృష్ణుని వేషం కట్టాడు. నూనూగు మీసాల నూత్న యవ్వనంలో కృష్ణుడు, లేదా రాముడు వేషం కట్టడానికి ఉబలాటపడ్డాడు. కానీ ఆ వేషాలకి పనికిరావన్నారు. లత్కోర్ వేషానికే సరిపోతావన్నారు. దాంతో అతనా వేషం కట్టాడు. అతని లత్కోర్ వేషానికి జనం ఫిదా అయ్యారు. నారయ్య బృందం భాగోతాల్లో లత్కోర్ ప్రధాన ఆకర్షణయ్యాడు. అప్పటి నుంచి అతని అసలు పేరు మరుగున పడిపోయింది. లత్కోరే అతని పేరైపోయింది.

వేషం కట్టినప్పుడే కాకుండా ఉత్తప్పుడు కూడా అతను ఖాకీ ప్యాంటూ, దాని మీద చిరుగుల చొక్కా, నెత్తిన టోపీ, చేటిలో కట్టె తుపాకీతో కనిపించేవాడు.

ప్యాంటును ఒక కాలు మీద కొద్దిగా మడిచేవాడు. కర్ణుడికి కవచ కుండలాలెలాంటివో లత్కోర్‌కు కాకీ ప్యాంటూ, కాకీ చొక్కా, టోపీ, కట్టె తుపాకీ అలాంటివి.

రెణ్ణెల్లలో దిక్కుమాలిన రాష్ట్రంలో అసెంబ్లీ ఎన్నికలు. ఆ రాష్ట్రంలో బొచ్చె పార్టీ అధికారంలో ఉంది. అన్ని పార్టీలకన్నా ముందుగానే ఆ పార్టీ ఎన్నికల ప్రచారం మొదలెట్టింది. బొచ్చెపార్టీ రాష్ట్ర అధ్యక్షుడు ఆనందరావు. ఆ రాత్రి కారులో అతను దిక్కూమొక్కూలేని ఊళ్ళో నుంచి వెళుతుండగా సరిగ్గా భాగోతం ఆడుతున్న చోటే కారు కదలకుండా మొరాయించింది. ఆ ఊళ్లో మెకానిక్ లేడు. అక్కడికి పదిమైళ్ళ దూరంలో తాలూకా కేంద్రముంది. అక్కడ మెకానిక్ లు ఉన్నారు. కానీ అప్పటికే రాత్రి పదకొండైంది.

గత్యంతరం లేక ఆనందరావు కారు దిగాడు. గొంగళ్ళూ, చాపలూ పరుచుకునీ, అరుగుల మీద కూచునీ ఆ ఊరి జెనం భాగోతం చూస్తున్నారు. వారిలో కొందరు ఆనందరావుని గుర్తుపట్టారు. కుర్చీ తెచ్చి వేసారు. అప్పుడే కట్టె తుపాకీ పట్టుకుని "నాకేం తక్వ? నాకేం తక్వ" అంటూ బాగోతం మధ్యలో లత్కోరొచ్చాడు.

లత్కోర్ రాగానే నవ్వులు గుప్పుమన్నాయి.
అందరిలో ఉత్సాహం నిద్ర లేచింది.
ఆనంద సమీరం అలా అలా వీచింది.
కునికిపాట్లు పడుతున్న కొందరు కళ్ళు నులుముకుని చూసారు.

లత్కోర్ ని ఆనందరావు పరీక్షగా చూసాడు. ఎన్నికల ప్రచారానికి వీడు పనికొస్తాడనుకున్నాడు.

"లత్కోర్ వేషం వేసిన వాడి పేరేమిటి?" అని పక్కనున్న వాన్ని అడిగాడు.
"లత్కోర్"
"నేనడిగేది వేషం గురించి కాదు. వాడి పేరు"
"వాడి పేరు గుడ్క లత్కోరే"

బొచ్చెపార్టీ కార్యకర్తలు ఆ ఊళ్లోనూ ఉన్నారు. ఆరోజు రాత్రి తమ పార్టీకి చెందిన చోటామోటా నాయకుని ఇంట్లో ఆనందరావు బస చేసాడు.

4

అదొక చిన్న పెంకుటిల్లు. దాని చుట్టూ ఖాళీ స్థలం. ఖాళీ స్థలం ఖాళీగా లేదు. దానిలో పూలమొక్కలున్నాయి. పెరట్లో చేదబావి ఉంది. కొబ్బరి చెట్టుంది, మావిడి చెట్టుంది. అనప పాదుంది. ఇంటిముందు వేపచెట్టుంది. మల్లె పందిరుంది. మొక్కల్ని పశువులు తినకుండా ఇంటిచుట్టూ ఫెన్సింగ్ ఉంది. వేపచెట్టు కింద నులక మంచంలో లత్కోర్ ఒళ్ళెరగకుండా నిద్రపోతున్నాడు.

"వారీ లత్కోర్ ఇయ్యాల ఎన్మిది గొట్టినా లెవ్వకుండా పన్నవేందిరా. లెవ్వు లెవ్వు"

లత్కోర్ బలవంతాన కళ్ళు తెరిచాడు. కళ్ళు నులుముకుని చూసాడు. ఎదురుగ్గా వడ్ల బాలయ్య వాడికి కనిపించాడు.

"ఏందిరా బాలిగా. యాల పొద్దుగాలే వొచ్చి నా పానం తింటున్నవేంది?" అని లత్కోర్ అడిగాడు.

"నిన్న రాత్రి మోటార్ల మన ఊరికొచ్చిన బొచ్చెపార్టీ లీడర్ నిన్ను దీస్కోని రమ్మన్నడు"

"నాతోని గాయినకేం పని?"

"ఏమో నాకేమెర్క?"

"గిప్పుడు గాయిన ఏడుండు"

"లక్ష్మయ్య శేఠ్ ఇంట్లున్నడు"

"తానం చేసినంకొస్త"

"జల్ది రారా" అంటూ బాలయ్య వెళ్ళిపోయాడు.

లత్కోర్ స్నానం చేసాక చల్ది బువ్వ తిన్నాడు. లక్ష్మయ్య శేఠ్ ఇంటికెళ్ళి వరండాలో కూర్చున్నాడు.

అరగంటయ్యాక–

"గీడ లత్కోరెవ్వడు? సార్ రమ్మంటున్నడు." అని ఇంట్లోపలినుంచి వచ్చిన ఒకడు చెప్పాడు. లత్కోర్ వాడి వెంట వెళ్ళాడు. ఆనందరావుకి దండం పెట్టాడు.

"నువ్వు మా పార్టీ తరపున ప్రచారం చెయ్యాలి." లత్కోర్‌తో ఆనందరావు అన్నాడు.

"నాకు ప్రచారం చెయ్యడం రాదు."

"నీకు రాకపోతే మేము నేర్పిస్తాం. నువ్వెంత దాకా చదువుకున్నావు?"

"ఇంటర్ దాన్క సద్వుకున్న సార్"

"రోజూ న్యూస్ పేపర్ చదువుతావా?"

"లే. ఎప్పుడన్న ఒకసారి సద్వుత"

"ఇవాల్టి నుంచి రోజూ న్యూస్ పేపర్ చదువు. నీకో డైరీ ఇస్తాను. అందులో ఏ పార్టీ నాయకుడు ఏమన్నాడో నోట్ చేసుకో"

"పేపర్ సద్వుత గానీ డైరీల రాసుడెందుకు సార్?"

"నువ్వు ఎక్కడన్నా ఎన్నికల ప్రచారం చేసేముందు డైరీలో రాసుకున్నపాయింట్లను చూస్తే నీకు ఎలా మాట్లాడితే బాగుంటుందో తెలుస్తుంది"

"నేను మీ ఎంబడి ఎప్పుడు రావాలి?"

"ఎప్పుడో ఏంటి? ఇప్పుడే రావాలి"

"మా ఇంట్ల చెప్పొస్త"

5

ఆకసపు రంగస్థలం మీద వెలుగు తెర జారింది.

మేకప్ చేసుకున్న చుక్కకన్నెలు రంగ ప్రవేశం చేసాయి.

వీధుల్లోని కరెంటు దీపాలు కళ్ళు తెరిచాయి.

అమ్మోనగరం పెళ్ళివారి ఇల్లులా సందడిగా ఉంది.

రిలీజైన సినిమా మొదటాట ప్రదర్శించబోయే థియేటర్లా ఉంది.

రైలు రావడంతో ఒళ్ళు విరుచుకుని లేచిన ప్లాట్ ఫాంలా ఉంది.

మరో అరగంటలో మైసమ్మ మైదానంలో బొచ్చెపార్టీ బహిరంగ సభ. ఆ సభకి తీసుకొచ్చిన జెనాలూ, ఎగురుతున్న పార్టీ జెండాలూ, బొచ్చెగుర్తుతో ఉన్న బెలూన్లూ, కలగా పులగమైన జానపద గీతాలూ, బీరు సీసాలూ. బిర్యానీ పొట్లాలూ, నీళ్ళ పాకెట్లూ, బొచ్చెపార్టీ జాతీయ నాయకుల కటౌట్లూ, మైక్ టెస్టింగ్లూ.... అర చేతిలో వైకుంఠం. అదొక ఎన్నికల జాతర.

సరిగ్గా రాత్రి ఏడు గంటలకు బొచ్చెపార్టీ బహిరంగ సభ మొదలైంది. మొదట మహామంత్రి మాట్లాడారు. బొచ్చెపార్టీ జాతీయ నాయకుడూ, ఇతర నాయకులూ

ప్రసంగించారు. అధినాయకుడు ముచ్చటగా మూడు ముక్కలు మాట్లాడాడు. ఆఖరున లత్కోర్ రంగప్రవేశం చేసాడు.

"చిప్పపార్టీ సర్కారు గినొస్తే ఇండ్లు గట్టిపిచ్చి ఇస్తదని అందరు అంటుంటె అవునేమో అనుకున్న. గాపార్టీ లీడర్లు ఊరూరూ దిర్గుతున్నరు. ఉత్తుత్త మాటలు చెప్తున్నరు. దుమ్ములేవంగ ధూట్ పొమ్మంటున్నరు. మీ బతుకులు గింతే అంటున్నరు. గిదే మీ రాతంటున్నరు. మన్నంటున్నరు. మశానమంటున్నరు. మారాజ్! గాల్లు ఇచ్చేటి ఇండ్లు గుడ్డోని కండ్లు మారాజ్. గవ్విట్ల పగటీల సూర్యుడుంటడు. రాత్రీల చంద్రుడుంటడు. గా ఇండ్లల్ల దోమలు పాటలు బాడ్తయి. నల్లులు ఆటలాడ్తయి. వానొస్త పటపట. గాలిగొడ్తే లొటలొట. గా ఇండ్ల ముందు మోరీలుంటయి. ఇంటెన్క గోరీలుంటయి. పందులు పహారా గాస్తయి. కుక్కలు కావలుంటయి. గాఇండ్ల సుట్టూత తుమ్మ చెట్లుంటయి. పాముల పుట్టలుంటయి మారాజ్.

గీడ్కి నేను రాకిట్ల రాలే. గాలిమోటార్ల రాలే. హెలీకాప్టర్ల రాలే. రేల్ గాడీల రాలే. గ్యారా నంబర్ బస్సుల వచ్చిన మారాజ్. నాకేం తక్వ. నాకేం తక్వ. రొండునూర్ల ఎకరాల పొలమున్నది. రొండంత్రాల బంగ్లున్నది. రొండు కిలోల బంగారమున్నది. అన్ని ఉన్నయి గానీ బువ్వ వొండుకుందామంటే బియ్యం లేవు మారాజ్.

చిప్ప పార్టీ లీడర్లు మందు బంద్ జేపిస్తమంటున్నరు. బువ్వ లేకున్నా బత్కొచ్చు. మందు లేకపోతే ఎట్ల బత్కొస్తది మారాజ్. మహామంత్రితోని సర్కార్ నడుస్తలేదు. ఎమ్మెల్యేలతోని నడుస్తలేదు. పోలీసోల్లతోని నడుస్తలేదు. నాతోనే నడుస్తున్నది మారాజ్. బొచ్చెపార్టీకి ఓట్లువెయ్యండ్రి. అన్నం పెడ్తె అర్గిపోతది. బట్టలు ఇస్తే చినిగిపోతయి. బొచ్చె ఇచ్చేటి ప్రేమ అర్గేది కాదు, కర్గేది కాదు. " అంటూ లత్కోర్ మాట్లాడాడు.

వాడి ప్రతీమాటకూ జనం చప్పట్లు కొట్టారు. సభలలో ఎలా మాట్లాడాలో లత్కోర్ కి ఎవరూ నేర్పలేదు. అమ్మోనగరంలో జరిగిన ఎన్నికల ప్రచార సభలన్నిటికీ లత్కోర్ వెళ్ళాడు. ఆ సభల్లో ఎవరు ఎలా మాట్లాడతారో, ఎలాంటి హావభావాలు వ్యక్తం చేస్తారో అతను నిశితంగా పరిశీలించాడు. ఆనంద రావు సలహా మేరకు రోజూ వార్తా పత్రికల్ని చదివాడు. తన స్పీచ్‌కి పనికి వస్తాయనుకున్న అంశాల్ని డైరీలో నోట్ చేసుకున్నాడు. ఏదైనా ప్రాంతానికి వెళ్ళేముందు అక్కడి సమస్యల గురించి తెలుసుకునేవాడు. తన ఫక్కీలో స్పీచ్ తయారు చేసుకునేవాడు. బొచ్చె పార్టీ ఎన్నికల ప్రచార సభల్లో లత్కోర్ ప్రధాన ఆకర్షణగా నిలిచాడు. అసెంబ్లీ

ఎన్నికల్లో బొచ్చెపార్టీ విజయం సాధించి ప్రభుత్వాన్ని ఏర్పాటు చేసింది.

ఎన్నికలయ్యాయి. నాతో మీకేం పని. మా ఊరికి వెళ్తాను అని లత్కోర్ అంటే, లేదు లేదు. ఇక్కడే ఉండి ప్రభుత్వ పథకాల గురించి ప్రచారం చెయ్యాల్సిందిగా మహామంత్రి కోరారు. దాంతో లత్కోర్ అమ్మోనగరంలో ఉండిపోయాడు. అతని మాటతీరులో మార్పు వచ్చింది. ఇంతకుముందు ఎవరిని పడితే వారిని నువ్వు అనేవాడు. ఇప్పుడు మీరు అంటున్నాడు.

బొచ్చె పార్టీ అధికారంలోకి వచ్చి ఏడాదైంది. కానీ దిక్కుమాలిన రాష్ట్ర పరిస్థితిలో ఏ మార్పూ లేదు. రోడ్డు ప్రమాదంలో చింతలపాడు ఎమ్మెల్యే సీతారామారావు మరణించాడు. ఆయన వారసులెవరూ లేరు. చింతలపాడు ప్రతిపక్షమైన చిప్పపార్టీకి కంచుకోట లాంటిది. ఈ నియోజకవర్గంలో పోటీ చెయ్యడానికి నాయకులెవరూ ముందుకి రాలేదు. కానీ, లత్కోర్ ఒక్కడే ముందుకొచ్చాడు. కొత్తవాడైనప్పటికీ బొచ్చెపార్టీ అతనికి టికెట్ ఇచ్చింది. ఇప్పుడు కాకపోతే ఇంకెప్పుడూ కాదని లత్కోర్ ఇంటింటికీ తిరిగి ప్రచారం చేసాడు. విజయం సాధించి అసెంబ్లీలోకి అడుగెట్టాడు. లత్కోర్ భాష మారినా వేషం మాత్రం మారలేదు.

లత్కోర్, ఎమ్మెల్యేలు, మంత్రులకి మెడమీద తలయ్యాడు. ప్రతిపక్ష ఎమ్మెల్యేల విమర్శలకు ప్రతివిమర్శ చెయ్యడంలో నెంబర్ వన్ అయ్యాడు. అతను చెయ్యి పెట్టే సందిస్తే కాలుపెట్టే రకం. అతని బుర్రని చూసి బొచ్చెపార్టీ అధ్యక్షుడు ఆనందరావు ముచ్చటపడ్డాడు... పడి తన చిన్న కూతురుతో పెళ్ళి చేసాడు. ఆనందరావు అల్లుడు కావడంతో అతని పలకుబడి పెరిగింది.

పెళ్ళైన ఆర్నెల్లకే మామగారి పైరవీలతో లత్కోర్‌కి మంత్రి పదవి జేబులో పడింది. మంత్రి కాగానే అతను వేషం మార్చలేదు. తన నియోజకవర్గాన్ని మరిచిపోలేదు. తనని కలవడానికి ఎవరు వచ్చినా ఆప్యాయంగా పలకరించేవాడు. కేవలం మాటలతో పంచదార చిలకల్ని పంచేవాడు. ఆరితేరిన రాజకీయ నాయకునిలా అసమ్మతి వాదులను తన వైపుకి తిప్పుకున్నాడు. కొద్దిపాటి రాజకీయ జీవితం అతనికి కలిసొచ్చింది.

సంతృప్తి అనే పదానికి లత్కోర్ డిక్షనరీలో చోటు లేదు. అతని వైకుంఠపాళిలో నిచ్చెనలే ఉంటాయి. టార్చి పెట్టి వెతికినా మచ్చుకు ఒక్క పామైనా కనిపించదు. ప్రతి రాజకీయ నాయకుడి పక్కన ఒక పీఠాధిపతో, మతగురువో, బాబానో ఉంటాడు. అతను రాజకీయ నాయకునికి వత్తాసు పలుకుతుంటాడు. లత్కోర్,

బూటకానందస్వాముల మధ్య సంబంధం మర్రి చెట్టులా నిలబడింది.

అది స్విచ్ - బల్బ్ లాంటిది.
స్విచ్ లేకపోతే బల్బ్ వెలగదు.
బల్బ్ లేకపోతే స్విచ్ ఉన్నా లాభం లేదు.
అది నిప్పూ - నీరు లాంటిది.
లత్కోర్‌కు నిప్పులాంటి సమస్యలెదురైతే
బూటకానంద స్వాములవారు ప్రవచనాలనే నీళ్ళు జల్లి జెనాలను జోకొడతారు.
కర్మ సిద్ధాంతాన్ని ప్రబోధిస్తారు.
ఎ.సి కుటీరంలో పట్టుపాన్పుపై పవళిస్తారు.

స్వామివారి సలహాతో సింహగిరి పుణ్యక్షేత్రంలో లత్కోర్ లోక కళ్యాణ యాగం మొదలుపెట్టాడు. అది లోక కళ్యాణ యాగం పేర ఉన్నత పదవీ ప్రాప్తి యాగం.

సింహగిరిలో లత్కోర్ ఉన్నత పదవీ ప్రాప్తి యాగం అనే లోక కళ్యాణ యాగం మొదలు పెట్టగానే రాష్ట్ర రాజధానిలో అల్లర్లు మొదలయ్యాయి. పోలీసుల లాఠీ ఛార్జీలూ, భాష్పవాయువు ప్రయోగాలూ ప్రభావం చూపలేకపోయాయి. కనిపిస్తే వినిపిస్తాం సెక్షన్ కింద కవుల్ని రంగంలోకి దింపారు. దాంతో అల్లర్లు తగ్గినట్టే తగ్గి ఎక్కు వయ్యాయి. మొదటిసారిగా రాష్ట్ర రాజధానిలో కర్ఫ్యూ పెట్టారు.

'మోకేకా ఫాయిదా ఉఠానా ఆద్మీకా ఫర్జ్ హై'.నిజాన్ని ఒంటబట్టించుకున్న అసమ్మతి వర్గం, అధినాయక వర్గాన్ని కలిసింది. దానికి తోడు లత్కోర్ మామగారు చక్రం తిప్పారు. రాజకీయ బేరం పెట్టారు. లత్కోర్ ఉన్నత పదవీప్రాప్తి యాగం ముగిసింది. అగ్ని దేవుని అజీర్తి తగ్గింది. దేనివల్లో చెప్పలేం కానీ దిక్కుమాలిన రాష్ట్ర మహామంత్రి పదవి రారా ప్రియా సుందరా అంటూ లత్కోర్ ని వరించింది. రాష్ట్ర రాజధానిలో అల్లర్లు తగ్గాయి.

6

తెల్లవారుజామున ఐదుగంటల ప్రాంతం.
'అల్లా రసూలుల్లా' మసీదు నుంచి అజా.
'ఎందుకయ్యా ఉంచినావు బందిఖానాలో' గుడినుంచి రామదాసు కీర్తన.
మిల్క్ బూత్ ల వద్దా, ఛాయ్ బండీల వద్దా జెనాలు.

రోడ్డుమీద అప్పుడో ఆటో ఇప్పుడో బైక్.
కసరత్తులతో కళ్ళు తెరిచిన జిమ్‌లు.

మార్నింగ్ వాక్‌లూ, జాగింగ్‌లూ, పక్షుల కిలకిలలూ, అప్పుడప్పుడూ కోకిల కూతలూ, రోడ్డు ఊడుస్తున్న సఫాయి వాళ్ళ చీపుళ్ళ చప్పుళ్ళూ...

వీటి మధ్య మహామంత్రి లత్కోర్ నిద్రలేచాడు. చిన్నప్పటి అలవాటు చితిలోనే పోతుందంటారు. మహామంత్రి అయినప్పటికీ తెల్లవారుజామున లేచే అలవాటు లత్కోర్ కు పోలేదు. ఆ సమయంలో అతని బుర్రలో కొత్తకొత్త పథకాలు పుడతాయి. అలా పుట్టిన పథకాలను బొచ్చె ప్రభుత్వం పెంచి పెద్ద చేస్తుంది. తెల్లవారుజామునే లేచే అలవాటుతో పాటూ పడుకోబోయే ముందు కథలు చదివే అలవాటు లత్కోర్‌కి ఉంది.

క్రితం రాత్రి చదివిన కథలో ధర్మగంట ప్రస్తావన వచ్చింది. రాజుగారి కోటముందు ధర్మగంట వేలాడదీసేవాళ్ళు. కష్టాలొచ్చిన వాళ్ళు ఆ గంట కొట్టేవాళ్ళ. గంట చప్పుడు విన్న రాజు కోటనుంచి బయిటకి వచ్చేవాడు. గంట కొట్టిన వాళ్ళ సమస్యలేమిటో తెలుసుకోడమే కాకుండా వాటిని పరిష్కరించేవాడు.

తన ఇంటిముందు కూడా ధర్మగంట వేలాడదీస్తే బాగుంటుందని మహామంత్రి అనుకున్నాడు. అలా చేస్తే ఎవడు పడితే వాడొచ్చి గంట కొడతాడు. తనకు తలనొప్పి తెచ్చిపెడతాడు. ఏం చేస్తే బాగుంటుందని కళ్ళు మూసుకుని అతను కొద్దిసేపు ఆలోచించాడు. ఆన్ లైన్ లో పేరు నమోదు చేస్కున్న వాళ్ళకే క్యూ పద్ధతిలో ధర్మగంట కొట్టే అవకాశముంటుందని ఇటు దినపత్రికల్లోనూ, అటు టి.వి ఛానల్స్ లోనూఏకబిగిన వారంరోజుల పాటు హోరెత్తించారు. నెలలో మొదటి, చివరి ఆదివారాల్లో ధర్మగంట కొట్టడానికి అవకాశమిచ్చారు.

ఆ నెలలో అది మొదటి ఆదివారం. రాజధానిలో వినూత్న వీధికి చెందిన జెనం అందరికన్నా ముందే ఆన్ లైన్ లో పేరు నమోదు చేసుకున్నారు. దాంతో ముందుగా ధర్మగంట కొట్టే అవకాశం వారికొచ్చింది. మహామంత్రి దర్శన భాగ్యం దొరికింది.

"ఇంతకీ మీ సమస్య ఏంటి?"

"మా వాడకట్టుల పెద్ద గుంత పడ్డది." వినూత్న వీధి జెనమన్నారు.

"గుంత పడితే మీ కార్పోరేటర్ లేదా ఎమ్మెల్యే దగ్గరకెళ్ళకుండా నా దగ్గరకి ఎందుకు వచ్చారు?" అంటూ లత్కోర్ విసుక్కున్నాడు.

"గాల్ల తాన్కి బోయినా ఫాయిద లేకుంట బోయింది."

"గుంట వల్ల మీకొచ్చిన కష్టమేంది?"

"ఒక్కటా రొండా? శాన కష్టాలున్నయి. గుంతల గిన ఎవలన్న బడితే గాల్ల కాలన్న, చెయ్యన్న ఇర్గుతున్నది. గుంత జెయ్యబట్కె మోటర్ సైకిల్లు, స్కూటీలు కరాబైతున్నయి. గంతే కాదు. గుంతల నీల్లు జమైనయి. గా నీల్లల్ల పిల్లపాపలతోని దోమలు సుకంగ బత్కుతున్నయి. గవ్వి కుట్టబట్కె మాకు రోగాలొస్తున్నయి. ఎట్లన్న జేసి గా గుంతను పూడిపియ్యండి"

"గుంటలో ఎవరన్న పడి కాలు విరగడంతో ఏం చేస్తున్నారు? డాక్టరు దగ్గరకెళ్ళి కట్టు కట్టించుకుంటున్నారు. కట్టు కట్టినందుకు డాక్టరుకు ఫీజు ఇస్తున్నారు. మీరు ఫీజు ఇవ్వడంతో డాక్టర్లు బతుకుతున్నారు. మోటార్ సైకిల్లూ, స్కూటర్లూ గుంటలో పడి పాడైతే మీరు ఏం చేస్తారు. మెకానిక్ ల దగ్గరకెళ్ళి బాగుచేయించుకుంటున్నారు. బాగు చేసినందుకు వారు ఛార్జి చేసినన్ని డబ్బులిస్తున్నారు. మీరు ఛార్జీలివ్వడంతో మెకానిక్ లు బతుకుతున్నారు. గుంట ఉన్నప్పుడు దానిలో నీరు చేరడం, ఆ నీటిలో పిల్లాపాపలతో దోమలుండటం సహజం. అవి కుట్టడంతో రోగాలొస్తే మీరు డాక్టర్లకి చూపెట్టుకుంటున్నారు. వారు రాసిన మందుల్ని మెడికల్ షాప్‌లో కొంటున్నారు. మందులమ్ముడుపోవడంతో మెడికల్ షాపు వాళ్ళు మూడు విందులు ఆరు చిందులుగా దర్జాగా బతుకుతున్నారు.

గుంతను పూడ్చి ఇంతమంది పొట్టగొట్టమంటారా? దానాలల్లో రక్తదానం గొప్పది. దోమెంత? దాని పానమెంత? అది పావుబొట్టు రక్తం తాగితే మీకొచ్చే నష్టమేంది? ఇక ముందు అసలు సమస్యలేమైనా ఉంటే నా దగ్గరకి రండి. ఇప్పుడిక వెళ్ళండి." అని లత్కోర్ అన్నాడు.

దిక్కుమాలిన రాష్ట్రంలో సిటీబస్సు రాకడ – కరెంటు పోకడ ఎవ్వలికి, ఆకర్కి దేవునిగ్గూడ ఎర్కలేదు. కరెంటుకోతల మూలంగా ట్రాన్స్ ఫార్మర్లు పేలిపోయేవి. వ్యవసాయ బావుల దగ్గర మోటార్లు కాలిపోయేవి. చిన్నతరహా పరిశ్రమలు జ్వరంతో మూల్గేవి.

ఆన్ లైన్‌లో పేరు నమోదు చేసుకున్న కుటుంబరావు ధర్మగంట కొట్టి

మహామంత్రి ముందు నిలబడ్డాడు.

"మీకొచ్చిన కష్టమేంది?"

"కుదరక కుదరక మా అమ్మాయి పెళ్ళి కుదిరింది. మ్యారేజ్ హాలు బుక్ చేసాను. క్యాటరింగ్ కి ఇచ్చాను. శుభలేఖలు అచ్చు వేయించి నలుగురికీ పంచాను. చుట్టాలింటికి స్వయంగా వెళ్ళి మా అమ్మాయి పెళ్ళికి రమ్మని చెప్పాను. సన్నాయి మేళం మోగుతుండగా మా అమ్మాయి పెళ్ళపీటల మీద కూర్చుంది.

పురోహితుడు మంత్రం చదువుతుండగా మాంగల్యం కట్టేందుకు పీటలమీద నుంచి లేచి పెళ్ళికొడుకు నుంచున్నాడు. వెనుక నుంచున్న అమ్మాయి పెళ్ళి కూతురి పూలజడ ఎత్తి పట్టుకుంది. పెళ్ళి కొడుకు మాంగల్య కట్టబోయాడు. సరిగ్గా అప్పుడే కరెంటు పోయింది.

పెళ్ళికొడుకు మాంగల్యం కట్టేసాడు. మాంగల్యధారణ తర్వాత కరెంటొచ్చింది. చూస్తే కొంప మునిగింది. పెళ్ళికూతురు పూలజడ ఎత్తి పట్టుకున్న అమ్మాయి మెడలో మాంగల్యముంది"

"జరిగిందేదో జరిగిపోయింది. విచారించకండి. పెళ్ళి ఖర్చులు భరించి మా ప్రభుత్వమే ధూమ్ దామ్గ మీ అమ్మాయి పెళ్లి చేయిస్తుంది." అని లత్కోర్ హామీ ఇచ్చాడు.

కేవలం హామీకే కృతజ్ఞతా భారంతో వంగిపోతూ కుటుంబరావు వెళ్ళిపోయాడు.

రాజధాని అమ్మోనగరాన్ని ఆనుకుని అధ్వాన్నపు పల్లె ఉంది. ధర్మగంట మోగింది. మోగించింది ఆ పల్లె జనమే.

"మీ సమస్య ఏమిటి?" మహామంత్రి అడిగాడు.
"మా ఊల్లె ఎవ్వలు సస్తలేరు"
"మీ ఊర్లో సంజీవని గాని ఉందా?"
"లేదు. మా ఊరోల్లు పక్క ఊరికిబోయి సస్తున్నరు"
"పక్క ఊరికి బోయి చావడమెందుకు?"
"మా ఊల్లె బొందలగడ్డ లేదు"
"ఎందుకు లేదు?"

"అర్నెల్ల కింద దాంక మా ఊల్లె బొందలగడ్డ ఉండె. గని ఒక లీడర్ గాదాన్ని

కబ్జ చేసి బంగ్ల కట్టిండు"

"ఏ పార్టి లీడర్?"

"మీ పార్టి లీడర్"

"నెలరోజుల్లో మళ్ళీ స్మశానంతో మీ ఊరు కళకళ్ళాడేలా చూస్తాను"

దీపమున్నప్పుడే ఇల్లు చక్కబెట్టుకోవాలి. పదవిలో ఉన్నప్పుడే నాలుగురాళ్ళు వెనకేసుకోవాలి. ఇదే లత్కోర్ సిద్ధాంతం. దీనిమీద ఎవరెంత రాద్ధాంతం చేసినా, పత్రికలు పనిగట్టుకుని చాటింపు వేసినా డోన్ట్ కేర్. తొలుత ఫైలు మీద "Not Approved " అని రాసి సంతకం పెట్టేవాడు. ముడుపులు ముట్టేక Not కి e చేర్చి"Note Approved" అని రాసేవాడు.

వినీత్ అనే అతను ధర్మగంట కొట్టి మహామంత్రి దగ్గరకి వెళ్ళాడు.

"నీకొచ్చిన కష్టమేమిటి?"

"నాకు ఐదేండ్ల కొడుకున్నడు. గాడు రూపాయి బిల్ల మింగిండు"

"రూపాయి బిల్ల మింగితే వాడ్ని అస్పత్రికి తీసుకుని వెళ్ళకుండా నా దగ్గరకి ఎందుకొచ్చావ్?" అని లత్కోర్ అడిగాడు.

"మా పోరన్ని సర్కార్ దవకానకు దీస్కబోయిన. మా పోరడు రూపాయి బిల్ల మింగిండని డాక్టర్ కి చెప్పిన. గాయిన నగుకుంట ఏమన్నడంటే...?"

"ఏమన్నాడో జెల్ది చెప్పు"

"గిప్పటి సందే రూపాయలు మింగుతుండంటే రేప్పొద్దుగాల తప్పకుంట మహామంత్రి అయితడని అన్నడు" అని వినీత్ చెప్పగానే -

"నాకు పని ఉంది" అంటూ మహామంత్రి ఆరోజు ధర్మగంట కార్యక్రమానికి గంట కొట్టాడు.

7

తెల్లవారుజామున లత్కోర్ ఆలోచనల్లో పాకుడుబండ అనే సినిమా కథ కూడా పురుడు పోసుకుంది. ఈ మధ్యనే దిక్కుమాలిన రాష్ట్రంలో ఈ సినిమా విడుదలైంది.

ఇది అలాంటి ఇలాంటి సినిమా కాదు. దీనికో ప్రత్యేకత ఉంది. ఊరూరుకీ ఈ సినిమా కథ మారుతూ ఉంటుంది. నటులు మారుతుంటారు. సీన్లూ, లొకేషన్లూ, పాటలు మారుతుంటాయి. ప్రేక్షకులూ మారుతుంటారు. అప్పుడప్పుడూ ఈ సినిమాలో ఫైటింగులుంటాయి.

ఏదైనా సినిమా చూడాలంటే టికెట్ తీసుకోవాలి. పాకుడుబండ సినిమా చూడటానికి టికెట్ అవసరం లేదు. ఈ సినిమా చూడ్డానికి వచ్చే జెనాలకు బిర్యానీ పొట్లంతో పాటూ మందుబాటిల్ ఇస్తారు. ధర్మగంట కార్యక్రమంలో మహామంత్రి దగ్గరకి జెనం వెళితే, పాకుడు బండలో మహామంత్రి గానీ, మంత్రులు కానీ, ఎమ్మెల్యేలు కానీ జెనం దగ్గరకి వెళతారు. సినిమాకి ముందు రేషన్ కార్డులూ, ఇళ్ళూ కావలసినవారి నుంచి దరఖాస్తులు తీసుకుంటారు. సినిమా అయ్యాక వాటిని చెత్తబుట్టలో వేస్తారు. మహామంత్రి నటించే సినిమాకు లారీల్లో జెనాలను తీసుకొస్తారు.

ఆరోజు చీకటిపల్లెలో పాకుడుబండ సినిమా విడుదలైంది. ఆ సినిమాలో లత్కోరే కథా నాయకుడు. అతని డైలాగులకి జెనం చప్పట్లు కొట్టలేదు.

ఆ ఊళ్ళోని ఎక్స్ ట్రా నటులు ఎంత చెప్పినా, ఎన్ని ప్రలోభాలు పెట్టినా వినలేదు.

సినిమా అయిపోయింది. కానీ సినిమా చివర్లో శుభం కార్డు పడలేదు. మహామంత్రి చిన్నబోయాడు. చింతలో మునిగాడు.

స్క్రిప్ట్ రైటర్ ను చెడామడా తిట్టాడు.
కెమెరామెన్‌పై కన్నెర్ర చేసాడు.
లొకేషనూ, బ్యాక్ గ్రౌండ్ మ్యూజిక్కూ బాగులేవన్నాడు.

సినిమా ఫ్లాప్ అయినందుకు దిగాలుపడ్డాడు. దిగులు చెందాడు. లత్కోర్ కి హెూంమంత్రి సన్నిహితుడు.

"నేను డైలాగులు చెప్తుంటే జెనం చప్పట్లు కొట్టాలి. చప్పట్ల కోసం మనమేం చేస్తే బాగుంటుందంటావు?" అని హెూంమంత్రినడిగాడు.

"మన సినిమాను మురిక్కాలవ పక్కన చూపెట్టాలి. అలా చూపెడితే మీరు డైలాగులు చెప్తుంటే జెనాలు చప్పట్లు కొడ్తారు" అని హెూంమంత్రి సలహా ఇచ్చాడు.

"అదెలా?"

"మురిక్కాలవ దగ్గర దోమలుంటాయి. వాటిని చంపడానికి జెనాలు చప్పట్లు కొడతారు."

"ఇకముందు అలానే చేద్దాం"
"మీరీ సంగతి విన్నారా?"
"ఏ సంగతి?"
"బి.సి. వర్కార్ రెండు నిమిషాల పాటు తాజ్ మహల్ ని మాయం చేసాడట"
"అదేమంత పెద్ద విషయం"
"అలా అంటారేమిటి?"
"బి.సి వర్కార్ కన్నా మన సర్కారే గొప్పది"
"అదెలా?"

"బి.సి. వర్కార్ మాయం చేసిన తాజ్ మహల్ రెండు నిమిషాల తర్వాత కనపడింది. మన బొచ్చె సర్కార్ మాయం చేసిన సాల్విన్ కంపెనీ ఇప్పటికీ కనపించడం లేదు" అని మహామంత్రి అన్నాడు.

8

ఆరోజు అంట్లపురంలో పాకుడుబండ సినిమా చూపెడుతున్నారు. మున్సిపల్ మంత్రితో పాటు స్థానిక ఎమ్మెల్యే దానిలో నటిస్తున్నాడు. వారు నటిస్తున్నారు అనడంకంటే జీవిస్తున్నారు అనడం నయం. వారి జీవితమే ఒక నటన. నటనే జీవితం. సాధారణంగా నటులు రంగు పూసుకుని నటిస్తారు. కానీ వీరికి ఎలాంటి మేకప్ అవసరం లేదు. వీరి నటన సహజంగా ఉంటుంది. ప్రేక్షకులతో ఈలలేయిస్తుంది. చప్పట్లు కొట్టిస్తుంది.

మున్సిపల్ మంత్రి సీన్ పండిస్తున్నాడు. ఆ సమయంలో...
ఎంపీ పిలవని పేరంటంగా వచ్చాడు.
ఒళ్ళు తెలియని కల్లు తాగిన కోతిలా
తిట్లనూ, శాపనార్థాలనూ మోసుకొచ్చాడు.

అతనంతలా ఆవేశపడటానికి కారణం లేకపోలేదు. సినిమా టైటిల్స్‌లో ఆయనగారి పేరు లేదు.

"పాకుడుబండలో నేను నటించాను. టైటిల్స్ లో నా పేరెందుకు లేదు?" అని మున్సిపల్ మంత్రిని ఎంపీ అడిగాడు.

"మీరు నటించిన సీన్లను సినిమా నుంచి తీసేసాం"

"ఎందుకు తీసారు?"

"మీకు చెప్పాల్సిన అవసరం లేదు"

"నాక్కాకపోయినా జెనానికి చెప్పండి"

"జెనాలకు చెప్పాలా? చెప్పొద్దా అనేది మా ఇష్టం. మధ్యలో మీరెవరు?"

"నీ కళ్ళు నెత్తికెక్కాయి"

"నీ తోలు మందమైంది"

"నువ్వు గూండావు"

"నువ్వు రౌడీవి"

"నువ్వు కుక్కవి"

"నువ్వు పందివి"

మంత్రీ, ఎంపీ మాటామాటా అనుకున్నారు. తనివి తీరకపోవడంతో ఒకరి చొక్కా ఒకరు చింపుకున్నారు. పరస్పరం జుట్టు పీక్కున్నారు. అంతటితో ఆగకుండా తన్నుకున్నారు. ఎంతటి నాయకులైనా వెనుకటి గుణం మానరు కదా. కొందరు కలగజేసుకుని వారిని విడిపించారు.

సినిమా మధ్యలోనే ఆగిపోయింది.

"సగం సిన్మనే సూబెట్టింద్రు. కద్మ సగం యాడ సూబెడ్తరు?" అని ఒకడు పక్కనున్న వాడిని అడిగాడు.

"పక్క ఊర్లె. లేకుంటె అసెంబ్లిల" అని వాడు చెప్పాడు.

పాకుడుబండ సినిమా విడుదలై యాభై రోజులైంది. చింతలూరులో అర్ధ శతదినోత్సవాన్ని జరపాలని స్థానిక నాయకులు నిర్ణయించారు. దానికి వారు లత్కోర్ ని పిలిచారు. ఆయన గారికి ఎవరైనా రమ్మంటే చాలు. అదే పదివేలు.

చింతలూరు ఆరోజు పెళ్ళివారి ఇల్లులా సందడిగా ఉంది.

పెళ్ళికూతురులా ముస్తాబైంది.

చెత్తాచెదారమూ లేకుండా తారురోడ్లు తళతళా మెరుస్తున్నాయి.

చౌరస్తాల్లో బొచ్చెపార్టీ జెండాలు రెపరెపలాడుతున్నాయి.

వాస్తు ప్రకారం ఓ వేదిక. దాని మీద ఓ మైక్. నాలుగైదు కుర్చీలు. వేదిక ముందు వేలాది ప్లాస్టిక్ కుర్చీలు. ఆ కుర్చీల్లో ఆడామగా.

రోడ్డు రెండువైపులా నిలుచున్న బడిపిల్లలు జేజేలు పలుకుతుండగా, ఎక్కడి ట్రాఫిక్ అక్కడే నిలుచుండగా, పైలెట్ కారు హారన్ మోగిస్తుండగా మందీమార్బలం తోడురాగా మహామంత్రి లత్కోర్ వచ్చాడు.

"మహామంత్రిని వేదికనలంకరించవలసిందిగా కోరుతున్నాం" అని బొచ్చెపార్టీ స్థానిక నాయకుడు మైకు ద్వారా పిలవగానే -

చిరునవ్వుతో, కట్టె తుపాకీతో, చెంచాల జిందాబాద్ లతో లత్కోర్ వేదికనెక్కాడు.

"అమ్మలారా. అయ్యలారా. అక్కలారా. అన్నలారా. అందరికీ పదివేల దండాలు. నేను మీ వాణ్ణి. రైతులకి ఉచిత విద్యుత్ ఇస్తున్నాం. రూపాయికి కిలో బియ్యం ఇస్తున్నాం" అంటూ లత్కోర్ ఇంకేదో చెప్పబోతుంటే అడ్డుపడి-

"నూనె, పప్పులు, కూరగాయల ధరలు మొగుల మీద గూసున్నయి. గసుంటప్పుడు మీరు రూపాయకి కిలో బియ్యమిస్తే లాభమేమున్నది?" అని ఒక ముస్లామె అడిగింది.

"మీరేం విచారించకండి. ఆకాశం మీది ధరలను దించడానికి కొంతమందిని రాకెట్లతో పంపాను. వాళ్ళు తాళ్ళతో కట్టిపడేసి వాట్ని కిందకి లాక్కుని వస్తారు." అని లత్కోర్ అన్నాడు.

"మా ఊరికి రోడ్డు లేదు. రెణ్ణెల్ల క్రితం నెలలు నిండిన మా అమ్మాయిని జిల్లా ఆసుపత్రికి తీసుకుని వెళ్లలేకపోయాం. కాన్పు కష్టం కావడంతో పిల్లాడిని కని మా అమ్మాయి చనిపోయింది. మా ఊరికి రోడ్డెప్పుడు వేయిస్తారు?" అని ఒక నడివయస్కుడు అడిగాడు.

"ఇప్పుడివన్నీ ఎందుకు? ఈ సమావేశమయ్యాక ఏమైనా ఉంటే నాతో చెబుదువి గాని"

"అప్పుడు మాట్లాడటానికి మీరెక్కడుంటారు?"

సభని చెడగొట్టడానికి ప్రతిపక్షాలు వీణ్ణి పంపించి ఉంటాయి అనుకుని బొచ్చెపార్టీ స్థానిక నాయకుడు పోలీసులకి సైగ చేసాడు. పోలీసులు కాస్తా ఆ

నడివయస్కుడ్ని ఈడ్చుకెళ్ళారు.

ముక్కిపోయిన బియ్యమే రూపాయికి కిలో బియ్యం. అది పురుగులమయం. ఆ బియ్యాన్ని పశువులే తినడం లేదు. జెనాలు ఎక్కడ తింటారు. అసెంబ్లీలో ఈ ప్రశ్నను ప్రతిపక్ష సభ్యులు ఎన్నోసార్లు అడిగారు.

పాకుడుబండ సినిమా సందర్భంగా రూపాయికి కిలో బియ్యం ఇవేనంటూ జెనాలకు సన్నబియ్యం ఇచ్చారు. మంచుతెరతో లత్కోర్ కళ్లు కప్పారు. సన్నబియ్యాన్ని చూసి లత్కోర్ మురిసిపోయాడు.

"ఇప్పుడే రూపాయికి కిలో బియ్యంతో వండిన అన్నాన్ని మీ అందరితో కలిసి తింటాను" అని అన్నాడు.

ఆయనగారి మాటలు విన్న వంటవాడు కంగారుపడ్డాడు. అంతకు ముందు స్థానిక బొచ్చె నాయకుల సూచనలతో సన్నబియ్యంతోనే అన్నం వండాడు. మళ్ళీ రూపాయికి కిలో బియ్యంతో అందరికీ వండి వడ్డించడం సాధ్యం కాక వాడు లత్కోర్‌కి మాత్రమే సరిపోయేలా రూపాయికి కిలో బియ్యంతో అన్నం వండాడు.

అందరూ సన్నబియ్యంతో వండిన అన్నం తిన్నారు. కానీ లత్కోర్ మాత్రమే రూపాయికి కిలో బియ్యంతో వండిన అన్నాన్ని ఇటు మింగలేక అటు కక్కలేక గింజుకున్నాడు. అది చూసిన స్థానిక బొచ్చె నాయకులు వంటవాడ్ని పిలిచారు.

"ఏంరా? తోలు మందమైందా. నీకు మేం ఏం చెప్పినం. నువ్వు ఏం జేసినవ్" అని అడిగారు.

"నేనేం జేసిన?"

"రూపాయికి కిలో బియ్యంతోని అన్నమెందుకు వండినవ్? వండి ఊకోకుంట మహామంత్రికి ఎందుకు పెట్టినవ్"

"రూపాయికి కిలో బియ్యంతోని వండిన అన్నంను మీ అందరితోని కల్సి తింట అని కుద్దు మహామంత్రి అంటె గాయినమాట ఎందుగ్గాదనాలని గా బియ్యంతోనే అన్నం వండిన. గా అన్నంనే గాయినకు బెట్టిన. గిండ్ల నా తప్పేం ఉంది?" అని వంటవాడు అడిగాడు.

ఏం చెప్పాలో ఎర్కలేక స్థానిక బొచ్చెపార్టీ నాయకులు ఎడ్డిమొకమేస్కున్నారు.

మహామంత్రిది మూడుకోతుల సిద్ధాంతం. నోరు మూసుకున్న కోతి ఎప్పుడూ నిజాలు మాట్లాడొద్దని అంటుంది. కళ్ళు మూసుకున్న కోతి నిజాలు చూడొద్దని అంటుంది. చెవులు మూసుకున్న కోతి నిజాలు వినొద్దని అంటుంది. మహామంత్రి లత్కోర్ ఒక్కొక్కప్పుడు ఒక్కో కోతిలా ప్రవర్తిస్తాడు. ఇంతవరకూ ఒకేసారి మూడు కోతుల్లా అతను ప్రవర్తించలేదు. ఇకముందు అవసరమైతే ఒకే దఫా మూడు కోతుల్లా అతను ప్రవర్తిస్తాడేమో. రాజకీయాల్లో ఎప్పుడేమైనా జరగొచ్చు.

9

అది కైలాసం. ఏ భక్తునికో వరమివ్వడానికి శంకరుడు ఎక్కడికో వెళ్ళాడు. వెండికొండపై ప్రమథగణ సహితంగా పార్వతి ఒక్కతే ఉంది. గర్భిణిలా అడుగులో అడుగేస్తూ వినాయకుడు ఆమె దగ్గరకి వచ్చాడు. గణపతి అందరికీ దేవుడైనా పార్వతికి మాత్రం పసిబిడ్డడే.

"ఏం నాయనా? ఆకలేస్తున్నదా. కుడుములేమైనా పెట్టమంటావా" అని పార్వతి అడిగింది.

"కుడుములొద్దు గిడుములొద్దు. ఆకల్లేదమ్మా"

"మరేం కావాలి?"

"ఒకసారి అమ్మోనగరానికి వెళ్ళొస్తానమ్మా"

"అక్కడికెళ్ళొద్దురా నాన్నా"

"ఎందుకెళ్ళొద్దమ్మా?"

"వానలు పడితే ఆ నగరంలో రోడ్లన్నీ చెరువులైపోతాయి. వాటిమీద నుంచి వెళ్ళడానికి పడవైనా ఉండాలి. ఈతైనా రావాలి"

"గంగాదేవి నాకు చిన్నమ్మే కదా. ఆమెతో వచ్చిన కష్టమేమిటి?"

"గంగతో కాదురా నాన్నా.రోడ్లన్నీ నీళ్ళతో నిండిపోతే ఎక్కడేమున్నాయో తెలీకుండా పోతుంది."

"అది నిజమే అనుకో"

"అమ్మోనగరం వీధుల్లో పిచ్చికుక్కలుంటాయి"

"అవేం చేస్తాయి? ఒకవేళ పిచ్చికుక్క కరిస్తే సర్కారు దవకానకు వెళతాను"

"వెళతావెళతావు. నువ్వెళ్ళినా అక్కడ మందులుండొద్దూ"

"మందులెందుకుండవమ్మా?"

"ఉండవంతే"

"మరి కుక్క కాటుకి ఏమైనా మందిస్తున్నారా?"

"కుక్కకాటుకి చెప్పుదెబ్బే మందంటూ కుక్క కరిచిన చోట చెప్పుతో కొడుతున్నారు"

"ఇవాళ వినాయక చవితి. అమ్మోనగరానికెళితే మహామంత్రి కుడుములూ, ఉండ్రాళ్లూ నైవేధ్యంగా పెడతాడు."

"గుర్తుందా? రెండేళ్ళ క్రితం మహామంత్రి పెట్టిన ఉండ్రాళ్లు తింటే నీ రెండు దంతాల్లోని ఒక దంతం ఊడిపోయింది. అప్పటినుంచే నువ్వు ఏకదంతుడివయ్యావు"

"వీధి వీధినా పందిళ్ళు వేస్తారు. వాటి కింద నా బొమ్మలు పెట్టి పూజలు చేస్తారు"

"ఒద్దుఒద్దన్నా వినకుండా కిందటేడూ అమ్మోనగరానికి వెళ్ళావు. వెళ్ళిన గంట సేపటికే మాయమయ్యావు. ఆ రోజంతా నువ్వు కనిపించలేదు.

"కనపడుట లేదు. పేరు గణపతి. వయసు పదేళ్ళు. పొట్టిగా, లావుగా ఉంటాడు. చిన్న కళ్లు. పెద్ద బొజ్జ. తొండముంటుంది. వినాయకుని బొమ్మలుండే ప్రాంతంలో ఉండొచ్చని భావిస్తున్నాము. ఆచూకీ తెలిపిన వారికి తగిన బహుమానముంటుంది." అని పేపర్లలో ప్రకటనలిచ్చాం. ఆకరికి మూత తెరిచిన మాన్ హోల్లో నువ్వు పడ్డట్టు తెలిసింది."

"ఇప్పుడు జాగ్రత్తగా ఉంటానమ్మా"

"వెళ్ళకుండా ఉండవన్నమాట"

"ఈ ఒక్కసారికి వెళ్ళనీయమ్మా"

"సరే. జాగ్రత్తగా వెళ్ళిరా నాయనా" అని పార్వతి అన్నది.

వినాయకుడు అమ్మోనగరానికొచ్చాడు. వీధివీధినా రకరకాలుగా ఉన్న తన బొమ్మలని చూస్తూ తిరుగుతున్నాడు. అతన్ని చూసి బైరూపులోడని జెనాలు అనుకున్నారు. కుక్కలు వెంటపడితే అతను రాళ్ళతో కొట్టాడు. భౌభౌమంటూ అవి పారిపోయాయి.

నగరంలో తిరుగుతున్న గణపతికి ఒకచోట ఒక ఎలుక కనిపించింది. అది

బలిసి ఉంది. అతణ్ణి అది గుర్తుపట్టింది. గుర్తుపట్టి సాష్టాంగ దండ ప్రమాణం చేసింది.

"ఎలకా. ఎలకా. ఎలా ఉన్నావు" అని గణపతి అడిగాడు.
"బాగున్నాను దేవా"
"ఇతర ఎలుకలెలా ఉన్నాయి?"

"అవీ బాగున్నాయి. జెనాలకివ్వకుండా పనికిమాలిన ప్రభుత్వం గోదాముల్లో బియ్యం ఉంచింది. ఆ బియ్యాన్ని తింటూ రాజకీయ నాయకుడిలా మస్తు మీదున్నాయి."

"మంచిది" అంటూ వినాయకుడు ముందుకెళ్ళాడు.

అమ్మోనగరంలో తిరిగిన తర్వాత వినాయకుడు కైలాసం వైపు వెళుతుండగా వైకుంఠం నుంచి భూలోకం వస్తున్న నారదుడు కలిసాడు.

"గణపతీ. జెనాలు నీకు పూజలు చేస్తున్నారా? ఉండ్రాళ్ళు పెడుతున్నారా"
"పూజలూ చేస్తున్నారు. ఉండ్రాళ్ళూ పెడుతున్నారు. కానీ, ఏం లాభం"
"ఎందుకలా అంటున్నావు?" నారదుడడిగాడు.
"తొమ్మిది రోజులు పూజలు చేసి పదోరోజు నన్ను నీళ్ళల్లో ముంచుతున్నారు"

"ఏడాదికొక్కసారి జెనం నీకు పూజలు చేస్తున్నారు. అలాగే అయిదేళ్ళకొకసారి నాయకులు జెనం దేవుళ్ళ చుట్టూ చక్కర్లు కొడుతున్నారు. బీరు తాగిస్తున్నారు. బిర్యానీ తినిపిస్తున్నారు. ముడుపులిస్తున్నారు. వాగ్దానాల వాన కురిపించి ఆశల విత్తనాలు చల్లుతున్నారు. తొమ్మిది రోజులు పూజలు చేసి పదోరోజు నిన్ను ముంచుతున్నారు. సరిగ్గా అలాగే ఐదేళ్ళకొకసారి నాయకులు జెనం దేవుళ్ళకి పూజ చేసి రోజూ వాళ్ళని నిలువునా ముంచేస్తున్నారు" అని నారదుడన్నాడు.

"నేను ఇంటినుంచి వచ్చి చాలా సేపైంది. వస్తా నారదా" అంటూ వినాయకుడు కైలాసం వైపు వెళ్ళాడు.

10

ఈ మధ్య రాష్ట్ర రాజధాని నగరంలో కొత్త దుకాణాలు పుట్టుకొచ్చాయి. వేలంపాటలో పై చెయ్యి ఎవరిది అవుతుందో వారికే దుకాణం పెట్టే అవకాశం

దొరికేది. నాయకుల దన్నుతో ఆ దుకాణాలు నడిచేవి. ఇంతకీ ఏంటా దుకాణాలు? వాటిలో ఏం అమ్ముతున్నారు? అమ్మిన సరుకుల్ని ఎవరు కొంటున్నారు.

అవి అల్లాటప్పా దుకాణాలు కావు.

వాటిలో చిన్నపిల్లలాడుకునే రబ్బరు బొమ్మలూలేవు.

నాణ్యమైన - నాజూకైన పింగాణీ బొమ్మలూ లేవు.

కనువిందు చేస్తూ కులికే కొండపల్లి బొమ్మలూ లేవు.

దవళవర్ణపు దంతపు బొమ్మలకూ, నిర్మల్ బొమ్మలకూ దిక్కులేదు.

ఆ దుకాణాల్లో గడ్డి బొమ్మలున్నాయి.

గడ్డితో చేసిన నాయకుల దిష్టి బొమ్మలున్నాయి.

దీపావళి ముందే పటాకుల దుకాణాలకు గిరాకీ ఉంటుంది. పండగయ్యాక అవి పత్తాలేకుండా పోతాయి. దిష్టిబొమ్మల దుకాణాలకు మాత్రం రోజూ గిరాకీ ఉంటుంది. ఇంతకుముందు నాయకుల దిష్టిబొమ్మలను చెంచాగాళ్ళే చేసేవాళ్ళు. అప్పుడు మహామంత్రి దిష్టిబొమ్మా, గల్లీ లీడర్ దిష్టిబొమ్మా ఒక్కలాగే ఉండేవి. ఇప్పుడలా కాదు. మహామంత్రి దిష్టిబొమ్మ అచ్చం మహామంత్రిలానే ఉంటుంది. ఏ నాయకుని దిష్టిబొమ్మ ఆ నాయకుని లానే ఉంటుంది.

ఈ దిష్టిబొమ్మలు రెండు రకాలు. ఒకటి ఉత్తి దిష్టిబొమ్మ. రెండోది మాట్లాడే దిష్టిబొమ్మ. ఈ బొమ్మ ఖరీదెక్కువ. ఖరీదెక్కువైనా ఎక్కువ మంది ఈ బొమ్మవైపే మొగ్గు చూపేవారు.

"ఒక్క రూపాయి కూడా ఇవ్వను. ఏం చేస్కుంటారో చేస్కోండి." అని ఒక దిష్టిబొమ్మ అంటుంది. మాట్లాడే దిష్టిబొమ్మల్లో "నేను పిచ్చి కుక్కను. I am a mad dog" ఇంకొకటి అంటుంది.

"ఆ విధంగా ముందుకు పోతున్నాం" అని ఒక దిష్టిబొమ్మ అంటే, "దద్దమ్మలు. సన్నాసులు. ఇసుంట రమ్మంటే ఇల్లంత నాదంటరు" అని ఇంకో దిష్టిబొమ్మ అంటుంది.

"మొకం మీద ఊంచుత" అని ఒక దిష్టిబొమ్మ అంటుంది.

మాటిమాటికీ "మహానేత" అని మరో దిష్టిబొమ్మ అంటుంది.

అన్ని దిష్టిబొమ్మలూ అన్ని రోజులూ అమ్ముడుపోవు. ఒక్కోరోజు ఒక్కో

నాయకుని దిష్టిబొమ్మకి గిరాకీ ఉంటుంది. సరుకుల డోర్ డెలివరీ లాగ దిష్టిబొమ్మల చౌరస్తా డెలివరీ సదుపాయం కూడా ఉంది.

దిష్టిబొమ్మల దుకాణాల్లో నాయకుల పోలిన గడ్డిబొమ్మలే కాకుండా మేకులూ, సూదులూ, పాడెలూ సరసమైన ధరలకి దొరుకుతాయి.

"నేడు నగదు - రేపు ఉద్దెర" అని రాసి ఉన్న చిన్న బోర్డు ఈ దుకాణాల ముందు ఉంటుంది.

ఒక్కోసారి నాయకుని దిష్టిబొమ్మకు మేకులూ, సూదులూ గుచ్చుతారు. గుచ్చి పాడె మీద ఉంచుతారు. ఆ పాడెను చౌరస్తా వరకూ మోసుకెళతారు. చౌరస్తాలో పాడె దించి గడ్డిబొమ్మను నేల మీద ఉంచుతారు. ఆవేశపరులు చెప్పుతో ఆ బొమ్మని కొడతారు. ఆకరి ఘట్టంలో దిష్టిబొమ్మకి నిప్పంటిస్తారు. అరుదుగా పిండప్రదానం కూడా చేస్తుంటారు. ముమ్మూర్తులా తనను పోలిన దిష్టిబొమ్మను నిరసనకారులు తగలబెట్టినందుకు ఏ నాయకుడికీ విచారం లేదు. విచారం మాటలా ఉంచి అధినాయకుని కుర్చీ ఎక్కినంతగా సంబరపడతాడు. సంతోష సముద్రంలో మునిగిపోతాడు. మబ్బుల విమానంలో తేలిపోతాడు. అంతో ఇంతో పేరున్న నాయకుని దిష్టిబొమ్మనే తగలబెడతారు. చిల్లర నాయకుని దిష్టిబొమ్మ ఎవరైనా తగలబెడతారా? పెట్టరు. అసలు పెట్టరు.

"మానాభిమానాలున్నవాడు రాజకీయ నాయకుడు కాలేడు. సిగ్గుపడేవాడు రాజకీయాలకి పనికిరాడు"

గంజన్నావు. బెంజన్నావు
బస్తీమే సవాల్ అంటూ బరిలోకి దిగావు.
రాజకీయాల్లో రఫ్ఫాడించేస్తానన్నావు.

నువ్వేమన్నా, ఎన్ని వేషాలేసినా ఇంతవరకూ ఒక్కడూ నీ దిష్టిబొమ్మ తగలెట్టలేదు. నీకున్న పలుకుబడి ఇదేనా? నువ్వు చెప్పిందంతా కథేనా? అంటూ ఒక నాయకుని భార్య ఆయనగార్ని సాధించింది.

11

మహామంత్రి లత్కోర్ కు తెల్లవారుజామునే లేవడం ఎలా అలవాటో, అలానే

లేవగానే ఛాయ్ తాగడం కూడా అలవాటే. ఛాయ్ లేకపోతే అతనికి సుద్రాయించదు. చైన్ బట్టదు. పిచ్చెక్కినట్టుంటుంది. రోజూలానే ఆరోజు అతని భార్య ఛాయ్ ఇవ్వలేదు. చూసి చూసి-

"జెర ఛాయ్ ఇస్తావా?" అని లత్కోర్ అడిగాడు.

"ఇవ్వను"

"ఎందుకివ్వవు?"

"గృహహింసకు వ్యతిరేకంగా బంద్ కు మా మహిళా సంఘాలు పిలుపునిచ్చాయి"

"ఇవ్వాళ వంట కూడా చెయ్యవా?"

"వంటా గింటా అన్నీ బంద్"

"నువ్వు వంట బంద్ చేస్తే నేను నిరాహార దీక్ష చెయ్యాలేమో"

ఈ నడుమ దిక్కుమాలిన రాష్ట్రంలో చీటికీ మాటికీ బంద్ లు జరుపుతున్నారు. బంద్ అంటే బస్సులు నడవ్వు. దుకాణాలు బందుంటాయి. బడులు బందుంటాయి. పెట్రోలు బంకులు బందుంటాయి. హోటల్లు బందుంటాయి. సినిమా థియేటర్లు బందుంటాయి. ఒక్కమాటలో చెప్పాలంటే ఎక్కడ పని అక్కడే నిలిచిపోతుంది. ఎఫ్ - 14 తీసేయాలని ఒక ప్రాంతంలో బంద్ చేస్తే, ఎఫ్-14 ఉంచాలని మరో ప్రాంతంలో బంద్ చేసారు.

బంద్ నాడు ప్రభుత్వ దిష్టిబొమ్మనే కాకుండా మహామంత్రి దిష్టిబొమ్మని కూడా తగలెట్టారు. కొంతమంది ప్రభుత్వ దిష్టిబొమ్మను చౌరస్తా వరకూ పాడెమీద మోసుకెళ్ళి అక్కడ తగలెట్టారు.గుండు కొట్టించుకున్నారు. పిండం పెట్టారు. దిక్కుమాలిన రాష్ట్రంలో దిష్టిబొమ్మల తయారీ గృహ పరిశ్రమ అయింది.

"అన్నా. దిష్టిబొమ్మల తయారీకి లోన్ ఇప్పించే" అని ఒక చెంచా మహామంత్రినడిగాడు.

"ఇల్లుకాలి ఒకడేడుస్తుంటే ఇంగలం దొరికిందని ఇంకొకడు మురిసాడంట. బంద్ లతో నేను చస్తూ ఉంటే మధ్యన నీ గోలేంది?" అని లత్కోర్ విసుక్కున్నాడు.

ఈ మధ్యన దిక్కుమాలిన రాష్ట్రంలో బందుజన పార్టీ అనే కొత్త పార్టీ పెట్టారు. బందులతో జనం సతమతమవుతున్నారు.

ఒక్కతీర్గ తలబాదుకుంటున్నారు.

ముప్పతిప్పలు పడుతున్నారు.

ఎక్కడికీ వెళ్ళలేక ఇళ్లకే పరిమితమవుతున్నారు.
బంద్ లు లేకుండా చేస్తాం.

అందుగ్గానూ బంద్ లకు వ్యతిరేకంగా రెండురోజులు బంద్ కి పిలుపునిస్తున్నామని బందుజన పార్టీ నాయకులు ప్రకటించారు.

12

పూర్వకాలంలో వేగులవారున్నప్పటికీ రాజులు పూర్తిగా వారి మీద ఆధారపడేవారు కాదు. మారువేషంలో రాజ్యంలో తిరిగి ప్రజలు తమ గురించి ఏమనుకుంటున్నారో తెలుసుకునేవారు. వారిలాగే తను కూడా మారువేషంలో తిరిగి ప్రజలు తన గురించి ఏమనుకుంటున్నారో తెలుసుకోవాలని తెల్లవారుజామున ఒకానొక బ్రహ్మ ముహూర్తంలో లత్కోర్ అనుకున్నాడు. మొదట హోంమంత్రిని కూడా తన వెంట తీసుకుని వెళ్ళాలనుకున్నాడు. పెళ్ళికెళుతూ పిల్లిని చంకన బెట్టుకుని వెళ్ళడమెందుకని తరువాత ఊరుకున్నాడు.

మహామంత్రి లత్కోర్ ప్యాంటూ, షర్టూ తొడుక్కున్నాడు. ఇన్ షర్ట్ వేసుకున్నాడు. అంతకు ముందే తెప్పించుకున్న విగ్గు పెట్టుకున్నాడు. సిగరెట్టు కాలుస్తూ, రింగురంగులుగా పొగ వదులుతూ, పిల్లిలా అడుగులో అడుగులేస్తూ అప్పుడే అమెరికా నుంచి వచ్చినవాడిలా ఫోజు కొడుతూ వీధిలోకి అడుగుపెట్టాడు. ఎవరూ అతన్ని గుర్తు పట్టలేదు.

లత్కోర్ చౌరస్తాలోని ఇరానీ హోటల్ కి వెళ్ళాడు.
"ఏక్ కడక్ ఛాయ్ లావ్" అన్నాడు.
అతని ముందు ఇద్దరు కూర్చుని 'చెత్త' ముచ్చట పెడుతున్నారు.
"మా వాడకట్టలో ఎక్కడ చూసినా చెత్తే"
"సఫాయోళ్ళు చెత్త ఎత్తడం లేదా?"
"ఏ వారం రోజులకో ఎత్తుతున్నారు"
"మీ కార్పొరేటర్ కి చెప్పకపోయారా?"

"కార్పొరేటర్ కూ, ఎమ్మెల్యేకూ, ఆకరికి మున్సిపల్ మంత్రికీ చెప్పినా లాభం లేకుండా పోయింది. ఎంత చెత్త ఉంటే అంత కరెంటు వస్తుందని మహామంత్రి చెబుతున్నాడు"

"చెత్తకూ, కరెంటుకూ సంబంధమేంటి?"

"చెత్తనుంచి కరెంటు తీస్తారంట"

"కరెంటేమో గానీ దోమలు కుట్టి కుట్టి చంపుతున్నాయి"

"దోమల వల్ల సంగీతం నేర్చుకోవచ్చని లత్కోర్ గారంటున్నారు"

ఇలా వాళ్ళు మాట్లాడుకుంటున్నారు.

లత్కోర్ హొటల్ నుంచి బయిటకి వచ్చాడు. పాన్ డబ్బా దగ్గరకెళ్ళి సిగరెట్ ముట్టించుకున్నాడు.

అక్కడ-

"మన బొచ్చె సర్కార్ శాన మంచిది. రూపాయికి కిల బియ్యమిస్తున్నది." అని ఒకడన్నాడు.

"రూపాయికి కిల బియ్యమిస్తే పాయిదేమున్నది?" అని ఇంకొకడన్నాడు.

"ఏందే గట్లంటవు?"

"రూపాయికి కిల బియ్యం తినొస్తదా?"

"బొచ్చె సర్కార్ అన్నీ ఫిరీగ ఇస్తున్నది"

"ఎన్కట్కి ఒకరాజు అన్ని గొర్లకు ఉన్ని కోట్లు కుట్టిచ్చిండట. అమ్మా, అమ్మా. మన గొర్లకు ఉన్ని కోట్లు కుట్టిచ్చెతందుకు ఉన్ని యాడకెళ్ళి దేస్తడే? అని ఒక గొర్రెపిల్ల అడిగిందట. యాడికెళ్ళో ఏందే, గొర్లకెల్లే అని గా తల్లి గొర్రె చెప్పిందట"

"అంటె లత్కోర్ మన పైసలు మనకే ఇస్తున్నడా?"

"అవ్. గీనడ్మ పేపర్లల్ల ఒక అడ్వటేజ్ మెంట్ వచ్చింది. సూసినవా?"

"లే, గదేంది?"

"పది రోజుల నుంచి మా బాబు (నెలజీతం) కనిపించడం లేదు. ఎక్కడైనా కనిపిస్తే మా బ్యాంకుకు తీసుకెళ్లండి. బాబూ.... నువ్వు కనపడక పాలవాడూ, కిరాణా దుకాణదారుడూ, కూరగాయలవాడూ, ఇంటి యజమానీ హైరానా పడుతున్నారు. మీ తమ్ముని (D.A) జాడలేదు. మీ మేనమామైతే (P.R.C) మమ్మల్ని

మరిచిపోయాడు. నువ్వు కూడా మమ్మల్ని వదిలి వెళ్ళిపోతే ఎలా నాయనా?. నువ్వు లేక మేం ఎలా బతకాలయ్యా. నీకోసం బెంగ పెట్టుకుని మీ అమ్మ మంచం పట్టింది. మీ చెల్లెలు స్కూలుకెళ్ళకుండా ఇంట్లో కూర్చుంది. ఎక్కడున్నా త్వరగా వచ్చేయి.

నీకోసం ఎదురు చూస్తున్న

నీ తల్లితండ్రులు (సర్కారు జీతగాళ్ళు)"

లత్కోర్ ఒక హోటల్ కెళ్ళి రూం తీసుకున్నాడు. ఆ రాత్రి అక్కడే ఉన్నాడు. తెల్లవారి ఛాయ్ తాగి పేపర్ చదువుతూ కూర్చున్నాడు.

"నిన్న పొద్దున్నుంచీ మహామంత్రి కనిపించడం లేదు. ఆయన ఎక్కడికెళ్ళాడో, ఆయనకేమైందో తెలియడం లేదు. పోలీసు జాగిలాలు కూడా ఆయన జాడ కనుక్కోలేకపోయాయి. తీవ్రవాదులు ఆయనని కిడ్నాప్ చేసి ఉంటారని భావిస్తున్నారు. మరో రెండు రోజుల్లో ఆయన జాడ తెలీకపోతే కొత్త మహామంత్రిని నియమించే సూచనలున్నాయి. హోంమంత్రి రాయుడూ, ఆర్థికమంత్రి అనంతయ్యా మహామంత్రి కుర్చీకోసం ప్రయత్నిస్తున్నట్టు తెలిసింది" అనే వార్త మొదటి పేజీలో ఉంది.

హన్మంతున్ని చెయ్యబోతే బోడకోతైంది. మారువేషం వేస్తే ఉన్న పదవి ఊడేటట్లుందని లత్కోర్ అనుకున్నాడు.

మహామంత్రి జాడ చెబుతానంటూ విలేకరులను హోటల్ కి పిలిచాడు. వారిముందు తన మారువేషాన్ని విప్పాడు.

"మీరు మారువేషం ఎందుకు వేసారు?" అని విలేకరులడిగారు.
"నా ప్రభుత్వం గురించి ప్రజలేమనుకుంటున్నారో తెలుసుకోవడానికి"
"ఇకముందు కూడా ఇలాగే మారు వేషాలేస్తారా?"
"వేస్తాను"
"మారువేషం వల్ల ప్రజలు మీ గురించి ఏమనుకుంటున్నారో తెలిసిందా?"
"కొంతవరకూ తెలిసింది"
"ఏం తెలిసింది?"
"ఏం తెలిసిందో మీకు చెప్పాల్సిన అవసరం లేదు."
"దోమల నిర్మూలనకు మీ ప్రభుత్వం ఏం చేస్తున్నది?"

"దోమలకు ఫ్యామిలీ ప్లానింగ్ చేయిస్తున్నాం. జెనాలకు చవగ్గా దోమ తెరలిస్తున్నాం"

"రోజూ కరెంటు కోత బెడుతున్నారు. జెనాలను చీకట్లోనే ఉంచుతారా?"

"ఎందుకుంచుతాం? జెనాలకు కందిళ్ళు ఇస్తున్నాం. ఎక్కాలిస్తున్నాం. ఎక్కబత్తిని రూపాయికీ, కందిలిబత్తిని రెండు రూపాయలకూ ఇస్తున్నాం. మొంబత్తిలు ఫిరీగ ఇస్తున్నాం. గ్యాస్, నూనె అగ్వకు అమ్ముతున్నాం"

"ప్రభుత్వ కార్యాలయాల్లో ఫైళ్ళు గుట్టలు గుట్టలుగా పేరుకుపోయాయి. ఫైళ్ళ క్లియరెన్స్ కు ఏం చేస్తున్నారు?"

"ఆఫీసుల్లో ఎలుకలనూ, బొద్దెంకలనూ పెంచుతున్నాం. అవి ఫైళ్లు క్లియర్ చేస్తున్నాయి"

"కరెంటు కోతల వల్ల పిల్లలు చదువుకోలేకపోతున్నారు. బండెడు పుస్తకాలు మోయలేకపోతున్నారు"

"పిల్లలు చదువుకుని ఏం చేస్తారు? ఉద్యోగాలు చెయ్యాలా? ఊళ్ళేలాలా. బండెడు పుస్తకాలు మోయడం అలవాటైతే రేపొద్దున్న బస్తాలు మోసుకుని బతుకుతారు."

"రాజధానిలో కుక్కలెక్కువయ్యాయి. అవి ఎవర్ని పడితే వారిని కరుస్తున్నాయి. ఆస్పత్రుల్లో కుక్కకాటుకు మందుల్లేవంటున్నారు. దీని మీద మీ ప్రభుత్వం ఏం చేస్తున్నది?"

"ఆస్పత్రులన్నిటికీ చెప్పులు సరఫరా చేస్తున్నాం. కుక్క అంటే సాక్షాత్ కాలభైరవుడు. ఆ దేవుడు కరిచి జెనాలకు మోక్షమిస్తున్నాడు"

"మీ మంత్రుల్లో ఒకడు తను పిచ్చి కుక్కనంటున్నాడు"

"అలా అనడం వల్లే అతని జోలికి ఎవరూ వెళ్ళడం లేదు"

"ఈ మధ్య మీరు కొత్త గురుకులాన్ని ప్రారంభించారు. అక్కడేం నేర్పుతారు?"

"అప్పు చెయ్యడమెలాగో నేర్పుతారు"

"అప్పెందుకు చెయ్యాలి?"

"అప్పుచేసి పప్పుకూడు తినాలని మన పురాణాలు చెప్తున్నాయి"

"అప్పుచేస్తే పరువు ఉంటుందా?"

"అప్పుచేసే వాళ్ళకే పరువు ప్రతిష్టలుంటాయి. ఎప్పుడూ పదిమంది వాళ్ళ చుట్టూ తిరుగుతుంటారు"

"మన రాష్ట్రానికి వచ్చినప్పుడు అమెరికా అధ్యక్షుడు మిమ్మల్ని ఏమడిగాడు?"

"వాళ్ళిచ్చిన అప్పులు ఎప్పుడు తీరుస్తారని అడిగాడు. కనీసం వడ్డీ అయినా కట్టమని గడ్డం పట్టుకుని బతిమాలాడు"

"క్లాసుల్లో వెంకటేశ్వరుని ఫోటో ఎందుకు పెట్టారు?"

"అప్పులు చెయ్యడంలో వెంకటేశ్వరుని మించిన వారెవరూ లేరు. మొదట ఆయనకి మొక్కిన తర్వాతే క్లాసులో పాఠాల్ని మొదలు పెడతారు."

"కొత్త గురుకులాల్లో చదువుకున్న వాళ్లకి సర్టిఫికేట్లిస్తారా?"

"సర్టిఫికేట్ల బదులు తలా ఒక బొచ్చె ఇస్తాం. దాని మీద నా సంతకంతో పాటూ సర్కార్ మొహర్ ఉంటుంది. అలాంటి బొచ్చె ఉన్నవారికే ఎక్కడపడితే అక్కడ అడుక్కోవడానికి అవకాశం ఉంటుంది."

"రాష్ట్రంలో మూడు ప్రాంతాల అభివృద్ధికి ఏం చేస్తున్నారు?"

"ఏది పెట్టినా, ఏది కట్టినా మూడు ప్రాంతాలకూ సమాన ప్రాతినిధ్యం కల్పిస్తున్నాం"

"అంటే?"

"ఒక ప్రాంతంలో గుడి కడతాం.

మరో ప్రాంతంలో ఆ గుడికి చెందిన మూలవిరాట్ పెడతాం.

ఇంకో ప్రాంతంలో ధ్వజస్తంభం నిలబెడతాం.

ఒక చోట బడి పెడతాం.

మరోచోట ఆ బడికి చెందిన టీచర్లని నియమిస్తాం.

ఇంకోచోట విద్యార్థులుండేలా చూస్తాం.

ఇలా మూడు ప్రాంతాలకు న్యాయం చేస్తాం"

"పదిమంది పల్లేరుగాయల పార్టీ ఎమ్మెల్యేలను మీ పార్టీలోకి ఎందుకు గుంజారు. పార్టీ ఫిరాయింపులు తప్పు కాదా?"

"ఎంతమాత్రమూ కాదు. ఎన్కటి నుంచే పార్టీ ఫిరాయింపులున్నాయి.

విభీషణుడు పార్టీ ఫిరాయించి రాముని వైపు వెళ్ళాడు. పార్టీ ఫిరాయించడం వల్లే లంకకి రాజయ్యాడు."

"నీటి ఎద్దడి నివారణకి ఏం చేస్తున్నారు?"

"అమెరికా, ఆస్ట్రేలియా, జర్మనీ, జపాన్ వంటి విదేశాల కాకుల్ని రప్పించాం. అవి మన కాకులకి శిక్షణ ఇచ్చాయి. శిక్షణ పొందిన కాకులు బావుల్లోనూ, కాలవల్లోనూ రాళ్ళు వేసి నీటిని పైకి తెస్తున్నాయి"

"నేను నిద్రపోను. జెనంను నిద్రపోనివ్వను అని ఎందుకంటున్నారు?"

"నేను నిద్రపోతే మాహామంత్రి కుర్చీనుంచి నన్ను కిందకి గుంజుతారు. జెనం నిద్రబోతే నా లత్కోర్ వేషాన్ని ఎవరు చూస్తారు?"

"మీరు నెలకోసారి విదేశాలకెందుకు వెళుతున్నారు?"

"అప్పుల కోసం. రాష్ట్రం ముందుకు పోవాలంటే అప్పులు తప్పనిసరి"

టీ, టిఫిన్లతో ఆ సమావేశం ముగిసింది.

13

తెల్లవారుజాము నాలుగు గంటల ప్రాంతం.
చీకటింకా పోలేదు.
మంచు తెరలింకా కరగలేదు.
నిద్రమత్తు ఇంకా దిగలేదు.
గుడిగంటలింకా మోగలేదు.

లత్కోర్ లేచి కూర్చున్నాడు. తెల్లవారే లేవడమతనికి అలవాటు. ఆ సమయంలో అతనికి కొత్త ఐడియాలు వస్తాయి. అవి కొత్త పథకాలౌతాయి.

పార్టీలో కొంతమందిని ఎంపిక చేసి వాళ్ళకు శిక్షణ ఇప్పిస్తే బాగుంటుందని లత్కోర్ అనుకున్నాడు. ఎవరితో శిక్షణ ఇప్పిస్తే బాగుంటుందని కొంతసేపు ఆలోచించాడు. మొదట బిచ్చగాళ్ళతో తమ పార్టీ కార్యకర్తలకు శిక్షణ ఇప్పించాలనుకున్నాడు. శిక్షణ కోసం పార్టీలో కొంతమందిని ఎంపిక చేసారు. వారిని రాజధానికి రప్పించారు. హోటల్లో వసతి కల్పించారు.

మొదట్లో భిక్షపతి అనే బిచ్చగాడు క్లాస్ తీసుకున్నాడు.

"ఒక్క అయిదు రూపాయలు దానమియ్యి. నీ పేరు చెప్పుకుని బత్కుత. దానమిస్తే పున్యమొస్తది. నీ పెండ్లాం, పిల్లలు సల్లగుంటరనుకుంట బిచ్చమడ్గాలె. ఎవరు తిట్టినా, సీదరిచ్చుకున్నా ఊకోవద్దు. బిచ్చమేసే దాంక సతాయించాలె.

ఇండ్లల్ల అడ్కునేటప్పుడు - గింత బిర్యానీ పెట్టమ్మా. సోర్వ పొయ్యమ్మా అని పాడాలె. ధర్మతల్లీ. నాకు బిచ్చమేస్తె మీ ఇంటికి లచ్చిందేవొస్తది. నీ మొగని జీతం బెర్గుతది. నీ బిడ్డ పెండ్లయితది. నీ కొడుక్కు కొల్వు దొరుక్తది. నీ మెడలకు బంగారి గొల్సు, నడ్మకు వడ్డానం వొస్తయి. నీ చేతులకు బంగారి గాజులు, చెవులకు కమ్మలొస్తయి.

నీ మొగుడు దినాం నిన్ను మోటార్ల దిప్పుతడు. గాలిమోటార్ల అమెరిక గొంచబోతడు. రొండంత్రాల బంగ్ల కట్టిస్తడు. నువ్వు ఏం గావలన్నా ఇస్తడు.

గింత ఉడుకుడుకు బువ్వేయమ్మా. గింత కూర, మామిడి తొక్కు బెట్టమ్మా. నా గిలాసల జెరంత సల్లబొట్టు బొయ్యమ్మా- అనాలె. బిచ్చం బెట్టెదాన్క గా ఇంటి ముంగటే ఉండాలి. ఇయ్యాల బిచ్చమడ్గొస్తె రేపు ఓట్లడుగుడు మీకు అల్కగైతది" అంటూ భిక్షపతి పాఠం చెప్పాడు.

థియరీ క్లాసయ్యాక ప్రాక్టికల్స్ మొదలయ్యాయి. చిరుగుల చొక్కా, ప్యాంటూ వేసుకొని, కట్టే, బొచ్చే పట్టుకుని కొందరు బొచ్చెపార్టీ కార్యకర్తలు గుడిమెట్లమీద కూర్చుని అడుక్కొన్నారు. రైల్వేస్టేషన్ల లోనూ, బస్టాండ్లలోనూ కొందరు బిచ్చమెత్తారు. గుడ్డివాళ్ళలా, కుంటి వాళ్లలా నటిస్తూ కొందరు అడుక్కున్నారు.

సాయంత్రం వారు హొటల్‌కి వచ్చారు. తాము అడుక్కుని తెచ్చుకున్న వాటిని భిక్షపతికి చూపెట్టారు. వాటిని చూసి అతను మార్కులేసాడు.

రెండో రోజు తిట్లపై పాఠం చెప్పడానికి నర్సమ్మ అనే ఆమె వచ్చింది. ఆమెకు నోటి దురుసెక్కువ. నోరు తెరిస్తే చాలు. గంగా ప్రవాహంలా తిట్లు వస్తాయి.

"నీ నోట్ల మన్నుపడ. నీ ఇంట్ల పీన్గెల్ల. నీ దౌడల్ దగ్గరబడ. నీ తలపండు బల్గ. నీకు పిండం బెట్ట. నీ చేత్ల జెష్ట మొల్వ. నీకు గజ్జిలెవ్వ. నీ పెండ్లాం ముండమొయ్య. నీ ముక్కుల దూదిబెట్ట. నీ ఇంట్ల దొంగలు బడ. నీ యాపారం చెడ. నువ్వు ఆకల్తోని సావ. నువ్వు లంగవు. లఫంగవు. బట్టెబాజివి. బద్మాష్ వు.

బేకార్గానివి. నక్కవు. గజ్జి కుక్కవు. గాడ్దివి. పందివి. తోకదెగిన కోతివి. నీ కాష్టం గాల. నీ ఇల్లుగూల. నీ పండ్లురాల. నీ కాల్లు చేతులిర్గ. నువ్వు జిల్లపుర్గువు. ఉచ్చల శాపవు. బర్రెపెండవు. పుచ్చు పన్నువు. బాడ్కావ్. దేడ్ పావ్. ఏంబే. ఏం సాలే. నీకు గత్తర్ దల్గ" అంటూ నర్మమ్మ తిట్లదండకం చదివింది.

అచ్చువేసిన తిట్ల దండకం కాపీలను తలా ఒకటిచ్చారు.

మూడోరోజు ఒక గూండా వచ్చాడు.

ప్రత్యర్థుల సభల్ని ఎలా వాడుకోవాలో చెప్పాడు.

కోడి గుడ్లూ, కుళ్ళిన టమాటాలు, పాత చెప్పులూ గురి తప్పకుండా సభలో ఎలా వాడాలో చెప్పాడు.

అసెంబ్లీలో మైకుల్ని ఏం చెయ్యాలో చెప్పాడు.

మజాక్ సభ ఏర్పాటు చేసారు.

దాన్ని చెడగొట్టేందుకు తర్ఫీదుగా కోడిగుడ్లు, కుళ్లిన టమాటాలిచ్చారు.

మైకుల పని పట్టమన్నారు.

ప్రాక్టికల్స్ చేయించి మార్కులిచ్చారు.

నాలుగోరోజు బైరుపులోడు వచ్చి మేకప్ లేకుండా ఎలా నటించాలో నేర్పించాడు. ఎప్పుడు నవ్వాలో, ఎప్పుడు ఏడ్వాలో, బక్వాస్ లతో జెనాలను ఎలా బుట్టలో వేసుకోవాలో నటించి చూపాడు.

ఐదోరోజు ఒక ఉపన్యాస కేసరి వచ్చి సబ్జెక్ట్ లేకపోయినా ఎలా మాట్లాడాలో నేర్పాడు.

థియరీలో, ప్రాక్టికల్స్ లో పాసైన వాళ్ళకు మహామంత్రి సంతకం ఉన్న బొచ్చెనిచ్చారు.

14

దిక్కుమాలిన రాష్ట్రంలో అది చీకటూరు. దానికాపేరు రావడానికి కారణముంది. చాలాకాలం వరకూ ఆ ఊళ్ళో కరెంటు లేదు. ఆ మధ్యనే కరెంటొచ్చింది.

కరెంటు వచ్చినందుకు ఆ ఊరోళ్ళు సంబరాలు జరుపుకున్నారు.

ట్రాన్స్ ఫార్మర్ కు పూజలు చేసారు.
దానిముందు యాట కోసారు.
కరెంటు స్తంబాలకు పసుపు బొట్లు పెట్టారు.
మామిడాకులు కట్టారు.
లైటు బుగ్గలకు నమస్కరించారు.
బిర్యానీ వండుకుని తిన్నారు.

కానీ వారి సంతోషమూ, సంబరమూ మూడోరోజుకి మిగల్లేదు. కొత్త మురిపెం కోత ఎరుగదన్నట్టు రెండురోజుల పాటు ఇరవైన్నాలుగు గంటలూ కరెంటు. మూడోరోజు నుంచే కరెంటు కోతలు మొదలయ్యాయి.

ఆ ఊరు బహురూపులకు మశూర్. వారు రోజుకో వేషం కట్టేవారు. వారానికో బాగోతం ఆడేవారు. బాగోతాలాడటమే ఆ ఊరి బహురూపుల ప్రత్యేకత. ఒకానొక రోజున ఒకచోట కూర్చుని వారు బాతాఖానీ పెట్టారు.

"మనం రోజుకో వేషం కడుతున్నాం"
"వారానికో బాగోతమాడుతున్నాం"
"మన వేషాలన్నిటినీ ఊరోళ్ళు చూసేసారు"
"మన బాగోతాలనూ చూసేసారు."
"కట్టిన వేషాల్నే కడుతుంటే..."
"ఆడిన బాగోతాల్నే ఆడుతుంటే..."
"ఎంతటి ఊరోళ్ళైనా"
"ఎంతకని చూస్తారు"
"వారికి విసుగు పుడుతుంది"
"విసుగు పుడితే..."
"మన వేషాల్ని చూడ్డం మానేస్తారు"
"మన బాగోతాలకు బైబై చెప్పేస్తారు"
"మరిప్పుడెలా?"
"ఎలా ఏమిటి?. మనం ఇప్పుడు కొత్త వేషాలెయ్యాలి"
"కొత్త బాగోతాలాడాలి"
"ఇప్పటికిప్పుడు కొత్త వేషాలెలా కట్టగలం?"
"కొత్త బాగోతాలెలా ఆడగలం?"

"కొత్త వేషాలూ కట్టగలం. కొత్త బాగోతాలూ ఆడగలం"

"అదెలా?"

"నెలరోజుల క్రితం నేను రాజధానికి వెళ్ళాను. నిన్నే తిరిగొచ్చాను"

"దానికీ దీనికీ సంబంధం ఏమిటి?"

"నన్ను పూర్తిగా చెప్పనివ్వకుండా మధ్యలో అడ్డుకుంటావెందుకు?. రాజధానిలో నేను కొత్త బాగోతం చూసాను"

"ఏం బాగోతం?"

"అసెంబ్లీ బాగోతం"

"నువ్వొక్కడివే చూస్తే లాభమేంటి? మేమెవ్వరమూ చూడలేదు కదా"

"నేను నేర్పుతాను"

"ఎన్ని రోజుల్లో నేర్పుతావు?"

"వారం రోజుల్లో"

"అసెంబ్లీ బాగోతాన్ని నేర్చుకుని ఒకరోజు ఆడేస్తాం."

"అది పాతబడిపోతుంది. అప్పుడెలా?"

"దాన్ని ఏకబిగిన నెలరోజులపాటు ఆడొచ్చు. ఎన్ని రోజులాడినా అది కొత్తగానే ఉంటుంది."

అమ్మోనగరం వెళ్ళొచ్చిన బహురూపి తక్కినవారికి అసెంబ్లీ బాగోతం నేర్పేసాడు. ఎలా వేషం కట్టాలో ఓసారి వేషం కట్టి చూపించాడు. ఎలాగ డైలాగులు చెప్పాలో ఒకటికి రెండుసార్లు చెప్పించాడు.

చీకటూరులో ఎప్పుడు కరెంటు ఉంటుందో ఎప్పుడు పోతుందో ఎవరికీ తెలియదు. వానరాకడ చెప్పొచ్చు. ప్రాణం పోకడ చెప్పొచ్చు. కరెంటు రాకడనూ కరెంటు పోకడనూ చెప్పలేం. అందువల్ల దినం పూటే అసెంబ్లీ బాగోతమాడితే బాగుంటుందని బహురూపులు అనుకున్నారు.

"ఇవాళ సాయంత్రం నాలుగ్గంటలకు ఊరి నడుమనున్న మర్రిచెట్టు కింద అసెంబ్లీ బాగోతమాడుతున్నాం. అందరూ తప్పకుండా రావాలహో" అంటూ డప్పు కొడుతూ బహురూపి ఒకడు ఊరంతా చాటించాడు.

ఇదేదో కొత్త బాగోతమున్నట్టుంది. తప్పకుండా చూడాలి అనుకున్నారు ఊరోల్లు. మర్రిచెట్టు కింద బల్ల పీటలతోని స్టేజ్ ఏర్పాటు చేసారు. అది దీర్ఘ

చతురస్రాకారంలో ఉంది. దాని మధ్యలో ఒక కుర్చీ వేసారు. ఆ కుర్చీలో మహామంత్రితో పాటూ మంత్రుల వేషాలు కట్టిన బహురూపులు కూర్చున్నారు. ఎడమవైపు వేసిన కుర్చీల్లో ప్రతిపక్ష సభ్యుల వేషం కట్టిన బహురూపులున్నారు. బాగోతాల్లో ఎప్పుడూ లత్కోర్ వేషం కట్టే పెద్దయ్య మహామంత్రి వేషం కట్టాడు. మధ్య కుర్చీలో స్పీకర్ వేషంలో బహురూపి కూర్చున్నాడు.

ఊరోళ్ళు ఈతచాపలూ, గొంగళ్ళూ తెచ్చుకున్నారు. బాగోతం చూడ్డానికి వాటిపై కూర్చున్నారు.

"ఇప్పుడు చిప్ప పార్టీ సభ్యుడు అడిగే ప్రశ్నలకు రోడ్లు, భవనాల శాఖామంత్రి జవాబు చెప్తాడు."

అని స్పీకర్ అన్నాడు.

ఎడమ వైపు కూర్చున్న ప్రతిపక్ష సభ్యుడు లేచి నిలుచున్నాడు. అలాగే కుడివైపున్న రోడ్లు, భవనాల శాఖామంత్రి కుర్చీనుంచి లేచాడు.

"రోడ్లమీద గుంతలున్నట్టు మీకు తెలీదా?"

"తెలుసు"

"తెలిసి కూడా మీరెందుకు మంచి రోడ్లు వెయ్యడం లేదు?"

"వాటివల్ల ప్రమాదాలు జరుగుతున్నాయి"

"మంచిరోడ్ల వల్ల ప్రమాదాలా?"

"అవును"

"అదెలా?"

"రోడ్లు బాగుంటే కార్లనూ, బస్సులనూ. లారీలనూ, ఆటోలనూ, బైక్ లనూ స్పీడ్ గా నడుపుతారు. దాంతో ప్రమాదాలు జరుగుతాయి. రోడ్డు ప్రమాదాల్లో కొందరు చనిపోవచ్చు. కొందరి కాళ్ళూ చేతులు విరగొచ్చు. వాహనాలు పాడు కావొచ్చు"

"గుంతల రోడ్లుంటే ప్రమాదాలు జరగవా?"

"జరగవు. అసల్ జరగవు"

"ఎందుకు జరగవు?"

"రోడ్లమీద గుంతలుంటే వాహనాలను మెల్లగా, జాగ్రత్తగా నడుపుతారు.

దాంతో ఎలాంటి

ప్రమాదాలు జరగవు. బస్సులో కూర్చుంటే ఉయ్యాల్లో కూర్చున్నట్టు ఉంటుంది. ఉయ్యాలో జంపాలో అని పాడుకుంటూ ఎంచక్కా జెనం బస్సుల్లో తిరగొచ్చు. కడుపుతో ఉన్న స్త్రీలు బస్సుల్లో వెళ్తే కాన్పు తేలిక" అని రోడ్ల భవనాల శాఖమంత్రి అన్నాడు.

"మీరీమధ్య జంతర్ మంతర్ రాష్ట్రానికి వెళ్లారా?"

"వెళ్ళాను"

"ఆ రాష్ట్ర రోడ్ల భవనాల మంత్రిని కలిసారా?"

"కలిసాను"

"మీరిద్దరూ మూడో అంతస్తులోని కిటికీ దగ్గర కూర్చున్నారా?"

"కూర్చున్నాం"

"ఆ రాష్ట్రమంత్రి దూరంగా ఉన్న వంతెన చూబెడితే మీరు చూసారా?"

"కిటికీ లోంచి చూసాను"

"వంతెన చూబెట్టి అతను ఫిఫ్టీ పర్సెంట్ అన్నాడట కదా?"

"అతనేమన్నాడో నాకు గుర్తు లేదు"

"ఆ తర్వాత జంతర్ మంతర్ రోడ్ల భవనాల శాఖమంత్రి మన రాష్ట్రానికి వచ్చాడా?"

"వచ్చాడు"

"అతనికి మీ ఇంట్లో విందు ఇచ్చారా?"

"ఇచ్చా"

"విందు తర్వాత నాలుగో అంతస్తులోని కిటికీ దగ్గర కూర్చుని మాట్లాడుకున్నారా?"

"మాట్లాడుకున్నాం"

"కొద్ది దూరంలో పెద్ద భవనముంది. చూడండని మీరు అన్నారట కదా?"

"అనలేదు"

"ఆ రాష్ట్రమంత్రి కిటికీలోంచి చూసి అక్కడ ఏ భవనమూ కనిపించడం లేదంటే హండ్రెడ్ పర్సెంట్ అని మీరు అనలేదా?"

"అస్సలు అనలేదు. కట్టుకథలతో మా మీద బురద చల్లడానికి ప్రయత్నిస్తే బాగుండదు. పచ్చకామెర్ల రోగి కత మీది"

"ఇప్పుడు సద్దిబువ్వ పార్టీ అడిగే ప్రశ్నలకు ఆరోగ్యశాఖ మంత్రి జవాబు చెబుతాడు" అని స్పీకర్ అన్నాడు.

"వాతావరణ కాలుష్యం వల్ల జెనాలకు రోగాలొస్తున్నాయి"

"గాలి బాగలేదని కార్కానలను బందుబెట్టమంటవా? బస్సులు, లారీలు, మోటర్లు, మోటర్ సైకిల్లను తిర్గకుంట జెయ్యమంటవా. నీళ్ళు బాగలేవని చెర్లలల్ల బట్టలు ఉత్కొద్దంటావా. బర్లను కడగొద్దంటవా. సప్పుడు ఎక్వైందని ఎవ్వి సప్పుడు జెయ్యకుంట ఉండాలంటవా. పెయ్యి అన్నంక రోగమొస్తది. రోగమొస్తె ఇలాజ్ కోసం సర్కారు దవకానకు బోవాలె "

"ప్రభుత్వాసుపత్రుల్లో మందులెక్కడ ఉన్నాయి?"

"మందుల్లేకుంటె ఏమాయె? పెగ్గు మందుగొడ్తె అన్ని రోగాలు పోతయి."

"మా నియోజకవర్గంలో ఎక్కడబడితే అక్కడ పందులు కనిపిస్తున్నాయి. పందుల్లేకుండా చెయ్యడానికి మీరేం చేస్తున్నారు?"

"నారాయణ మూర్తి అవుతారాలల్ల వరాహావతారం గుడ్క ఉన్నది. వరాహం అంటె ఏంది? పంది. పంది అంటె ఏంది. దేవుడు. దేవున్ని లేకుంటజేసుడు నాకు శాతకాదు. గీ దునియల ఎవ్వరికి శాతకాదు"

"పందుల వల్ల మెదడువాపు రోగం వస్తున్నది"

"నీ నియోజకవర్గంలో జెనాలకు దిమాక్‌లు యాడున్నయి? దిమాక్‌లు లేనోళ్ళకి మెదడు వాపు రోగం యాడికెళ్ళొస్తది"

"నా నియోజకవర్గం జెనాలకు దిమాక్ లేదంటావా? నీకే మెదడు లేదు"

"నీకు దిమాక్ లేదు. నీకు దిమాక్ లేకుండబట్కె దిమాక్‌లు లేని నీ నియోజకవర్గ జెనాలు నిన్ను గెలిపించిండ్రు"

"నా నియోజకవర్గం జెనాలకు మెదడు లేదంటావా? నీ నియోజకవర్గ జెనాలకే మెదడు లేదు"

"నా జెనంకే దిమాక్ లేదంటావా? నీకు దిమాక్ లేదు. మీ నాయినకు

దిమాక్ లేదు. మీ తాతకు దిమాక్ లేదు"

"బావా. నన్నేమైనా అంటే నేను ఊరుకుంటాను.మా నాన్నకూ, తాతకూ మెదళ్ళు లేవంటే నేను ఊరుకోను"

"ఊకోకుంటే ఏం జేస్తవ్? అంట. బరాబర్ అంట. ఎక్వతక్వ మాట్లాడితే మల్లమల్ల అంట. ఏం బీక్తవుర సాలే"

"రోజూ తాగొచ్చి మా అక్కను గొడ్తున్నవట?"

"నా పెండ్లాంను కొడ్త. సంపుత. అడ్డెతందుక్కు నడ్మల నువ్వెవలివి?"

"నీ బావమరిదిని"

"బామ్మర్దివైతే బామ్మర్ది తీర్గుండు. ఎక్వతక్వ నక్రాలు జెయ్యకు"

"బావమరిది లాగే ఉన్నాను. ఉన్నాను గనకనే మా అక్కను కొడితే బాగుండదంటున్నాను"

"కొడ్త. ఏం బీక్తవు?"

"ఏం బీకను. పోలీస్ స్టేషన్ కి వెళ్తాను"

"అమీన్ కచేర్కి బోతివా అంటె మీ అక్కను ఇంట్లకెల్లి ఎల్లగొడ్త"

"ఎలా వెళ్ళగొడ్తావో చూస్తాను"

"సూడు. మంచిగ సూడు"

"ఊర్లో పెద్దమనుషులు లేరనుకుంటున్నావా?"

"ఉంటె నాకేంది?"

"నీకు సిగ్గూ శరమూ లేవు"

"బాడ్కావ్. నాకు సిగ్గు శరం లేదంటావా? నీ కాళ్ళు చేతులిర్గగొడ్త. ఎవ్వడు అడ్డమొస్తడో సూస్త"

నిజానికి రోడ్లు భవనాల శాఖమంత్రి వేషం కట్టిన బహురూపి, ప్రతిపక్ష సభ్యుని వేషం కట్టిన బహురూపి బావా బావమరుదులు. వాళ్ళు అసెంబ్లీ బాగోతం ఆడుతున్నామనే సంగతి మరిచిపోయి కొట్లాటకి దిగారు.

"బాగోతం చూడ్డానికొచ్చాం. మీ సొంత బాగోతం చూడ్డానికి రాలేదు" అని జెనాల్లోంచి ఒకడు అరిచాడు.

దాంతో వారు స్పృహలోకి వచ్చారు.

"మీ ప్రశ్నలూ జవాబులు ఆపి మీ సీట్లలో కూర్చోండి" అని స్పీకర్ అన్నాడు. వారు తమతమ కుర్చీల్లో కూర్చున్నారు.

"ఇప్పుడు కొత్తిమీర కట్ట పార్టీ సభ్యుడు మీకొక పిట్టకథ చెప్తాడు" అని స్పీకర్ అన్నాడు.

"పంచపాండవుల్లో ధర్మరాజు పెద్దవాడు. ఆయన ఎక్కువగా దానధర్మాలు చేసేవాడు. తనకంటే ఎక్కువగా దానాలు చేసేవారెవరూ లేరని ఆయన అనుకునేవాడు. ఇది ధర్మరాజుకి అహంకారంగా మారితే ప్రమాదకరమని కృష్ణునికి అనిపించింది.

ధర్మరాజును తీసుకుని ఆయన మరో రాజ్యానికి వెళ్ళాడు. ఆ రాజ్యాన్ని బలదేవుడనే రాజు పాలిస్తున్నాడు.

ఆ రాజ్యంలోకి వెళ్ళాక వారికి దాహమేసింది. ఒక ఇంటికెళ్ళి మంచినీళ్ళడిగారు. ఆ ఇంటావిడ బంగారు గ్లాసుల్లో నీళ్ళిచ్చింది. వారు నీళ్ళు తాగాక ఆ గ్లాసుల్ని వీధిలోకి విసిరేసింది.

ఇది చూసి ధర్మరాజు ఆశ్చర్యపోయాడు.
"బంగారు గ్లాసుల్ని వీధిలోకి విసిరేస్తే ఎలాగమ్మా?" అని ఆమెనడిగాడు.

"మా రాజ్యంలో ఒకసారి వాడిన వస్తువులను తిరిగి వాడము." అని ఆమె చెప్పింది.

ఈ రాజ్యం సంపదలకు నిలయమున్నట్లుగా ఉంది అని ధర్మరాజు అనుకున్నాడు.

ఇద్దరూ కలిసి బలదేవుని దగ్గరకి వెళ్ళారు.
కృష్ణుడు బలదేవునికి – ధర్మరాజును ఇలా పరిచయం చేసాడు.

"రాజా. ఈయన పేరు ధర్మరాజు. ప్రపంచంలోనే ఈయన ఎక్కువ దానాలు చేసాడు" అని చెప్పాడు.

అయినా ఆరాజు ధర్మరాజు ముఖాన్ని చూడలేదు సరికదా –

"కృష్ణా. మీరు చెప్పింది నిజమే కావొచ్చు. నా రాజ్యంలో అందరికీ పని ఉంది. అందరూ కష్టించి పని చేస్తారు. అందరి వద్దా సంపద ఉంది. నా రాజ్యంలోని

ప్రజలు ఎవరినీ బిచ్చమడుక్కోరు. ఎవరు దానమిచ్చినా తీసుకోరు. వాళ్ళకా కర్మ పట్టలేదు.

మీరు పరిచయం చేసిన ధర్మరాజు రాజ్యంలో బీదవాళ్ళు, సోమరిపోతులు ఎక్కువగా ఉన్నట్లున్నారు. ప్రజలకు కష్టించి పనిచెయ్యడం నేర్పాలి. అంతే కానీ దానాలకు అలవాటు చెయ్యకూడదు. దానాలు చేస్తూ ప్రజల్ని బీదవాళ్ళుగా, సోమరులుగా మార్చిన ఈ ధర్మరాజు మొహం చూడ్డం నాకిష్టం లేదు" అని బలదేవుడన్నాడు.

ఆయన మాటలు విన్న ధర్మరాజు సిగ్గుతో తల వంచుకున్నాడు. ఈ పిట్ట కథ చెప్పిన తర్వాత కొత్తిమీర కట్ట సభ్యుడు సీట్లో కూర్చున్నాడు. ప్రతిపక్షాల సభ్యులు చప్పట్లు కొట్టారు.

"ఇప్పుడు గడ్డిమోపు పార్టీ సభ్యుడు అడిగే ప్రశ్నలకు మహామంత్రి సమాధానం చెప్తాడు" అని స్పీకర్ అన్నాడు.

"రాజధానికి సముద్రాన్ని తెస్తాం. అందమైన బీచ్ ని ఏర్పాటు చేస్తాం. సాయంత్రం పూట పెళ్ళాం పిల్లలతో బీచ్ కెళ్ళి ఆనందంగా గడపొచ్చు. పిచ్చుక గూళ్ళు కట్టుకోవచ్చు. ఇసుకలో గుర్రాల మీద స్వారీ చెయ్యొచ్చు. పల్లీలూ, చుడువా కొనుక్కుని తినొచ్చు. సముద్రపు నీళ్ళతో కాళ్ళు తడుపుకోవచ్చు. సూర్యాస్తమయాన్ని ఫొటో తీయవచ్చు అంటూ ఊరించారు. ఇంతకీ రాజధానికి సముద్రాన్ని ఎప్పుడు తెస్తారు"

"లక్షమంది కూలీలను పెట్టి నేల తవ్విస్తున్నాం. సముద్రమంటే చెరువులాంటిది కాదు కదా. చాలా లోతుగా ఉంటుంది. లోతుగా తవ్వడానికి సమయం పడుతుంది. తవ్విన తర్వాత గూడ్స్ రైళ్ళలోనూ, టాంకర్లతోనూ నీళ్ళు తెచ్చిపోస్తాం. చేపలనూ, తాబేళ్ళనూ, మొసళ్ళనూ, తిమింగలాలనూ దానిలోకి విడుస్తాం. సముద్రంలో బోటుషైరు ఏర్పాటు చేస్తాం. విత్తనం పెట్టగానే మొక్క మొలుస్తుందా? ఇల్లు అలకగానే పండగొస్తుందా" అని మహామంత్రి అడిగాడు.

"మీ బొచ్చె ప్రభుత్వంలో జెనాలకి పనిలేకుండా పోయింది"

"మీరంటున్నది శుద్ధ అబద్ధం. అందరూ పని చేస్తున్నారు. తినడం పని కాదా? వండుకోడం పని కాదా. మాట్లాడటం పని కాదా. పడుకోడం పని కాదా. ఛాయ్ చెయ్యడం పని కాదా.

మిర్చిబజ్జి చెయ్యడం పని కాదా. మా ప్రభుత్వం వల్లే ఛాయ్ పత్తి దొరుకుతున్నది. పాలు దొరుకుతున్నాయి. బొగ్గులు దొరుకుతున్నాయి. అగ్గిపెట్టెలు దొరుకుతున్నాయి. శనగపిండి దొరుకుతున్నది. నూనె దొరుకుతున్నది. మా ప్రభుత్వం వల్లే అందరికీ పనులు దొరుకుతున్నాయి."

"మీరు ఆ మధ్య బురద నేలలో చెట్టు నాటారు. మీ కాళ్ళకి బురద అంటకుండా శాబాద్ బండ వేసారు. ఆ బండ మీద మీరు నిలుచున్నారు. నిలుచుని నాటిన చెట్టుకు నీళ్ళు పోసారు. అప్పుడు వాన కురుస్తున్నది. బాడీగార్డు మీకు గొడుగు పట్టాడు. వానలో చెట్టుకు నీళ్ళు పోస్తూ మీరు ఫొటో దిగారు" అని గడ్డిమోపు సభ్యుడన్నాడు.

గాలి బుడగ పేలినట్టు, అద్దం బద్దలైనట్టు ప్రతిపక్ష సభ్యులందరూ భళ్ళున నవ్వారు. ఆ నవ్వులు బాగోతం చూస్తున్న జెనాల్లో ప్రతిఫలించాయి.

"చెట్టుబెట్టి నీళ్ళుపోయకపోతే మహామంత్రి చెట్టుపెట్టాడు కానీ నీళ్ళు పొయ్యలేదని మీరే అంటారు. నీళ్ళు పోసానంటే దానికి రుజువేముందని అడుగుతారు. అందుకే, చెట్టుకు నీళ్ళు పోస్తూ ఫొటో దిగాను"

"బండ్ల సర్వీసునెందుకు రద్దు చేస్తున్నారు?"

"గడ్డిమోపుల ధరలు రోజురోజుకీ పెరిగిపోతున్నాయి. బండి చక్రాలు కూడా తొందరగానే పాడవుతున్నాయి. బండ్లను తోలేవాళ్ళు కూడా జీతాలు పెంచమని కోరుతూ నెలరోజుల పాటు సమ్మె చేసారు . ఎంతకాలమని నష్టాల్ని భరిస్తూ బండి సర్వీసుల్ని నడపాలి. బండి ఛార్జీలు పెంచినా లాభం లేకుండా పోయింది. ఈ పరిస్థితుల్లో బండి సర్వీసుల్ని రద్దు చేద్దామనుకుంటున్నాను"

"బండి సర్వీసుల్ని రద్దు చేస్తే ఎట్లా?"

"వాటి స్థానంలో జట్కా సర్వీసుల్ని ప్రవేశపెడతాం. బండికన్నా జట్కా స్పీడ్‌గా పోతుంది. బండ్లు తోలిన వాళ్ళకి జట్కా నడపడంలో శిక్షణ ఇస్తాం. అంతే కాకుండా ఈ సర్వీసుల వల్ల అందరికీ ఉద్యోగాలు దొరుకుతాయి" అని మహామంత్రి అన్నాడు.

"ఇప్పుడు కొత్తిమీర కట్ట సభ్యుడు ఒక పిట్టకథ చెప్తాడు." అని స్పీకర్ అన్నాడు.

ఆ ప్రతిపక్ష సభ్యుడు లేచి నుంచున్నాడు. సభనంతటినీ ఓసారి పరికించి చూసాడు. గొంతు సవరించుకున్నాడు.

"ఓ అప్పారావు అప్పులతో సంసారాన్ని నెట్టుకొస్తున్నాడు. మొగుడు గురించి అతని భార్య –

మొదటి నెల – నా మొగుడికి నా మీద ఎంత ప్రేమో

రెండో నెల – నా కోసమే కదా. అప్పులు చేస్తున్నాడు

మూడోనెల – ఏదైనా పని చేసి సంపాదిస్తే బాగుండు

నాలుగో నెల – అప్పులు చేసి ఎన్ని రోజులు పోషిస్తావు. ఏదైనా పని చెయ్యొచ్చుగా

ఐదోనెల – నీకు సిగ్గుశరం లేదా. అప్పులు చేసి ఎన్ని రోజులు బండి నెట్టుకొస్తావు.

ఆరో నెల – అప్పులు చేసి బతికే నీలాంటి మొగుడు ఉన్నా లేకున్నా ఒకటే. నేను మా పుట్టింటికి పోతున్నాను."

పిట్టకథ అయిపోగానే షేమ్ షేమ్ అంటూ ప్రతిపక్ష సభ్యులు అరిచారు.

"ఈ అసెంబ్లీ బాగోతాన్ని రేపటికి వాయిదా వేస్తున్నాను" అని స్పీకర్ ప్రకటించాడు.

15

చిత్రపురి ఒలంపిక్స్ జరిగాయి, అందులో దిక్కుమాలిన రాష్ట్ర ఆటగాళ్ళు అన్ని ఆటలాడేరు. కానీ ఏ ఆటలోనూ వాళ్ళకి ఒక్క పతకమైనా రాలేదు. మహామంత్రి లత్కోర్ విచారంలో మునిగిపోయాడు. ఏం చేస్తే తమ ఆటగాళ్ళకు పతకాలొస్తాయని ఆలోచించాడు. ఆలోచించి ఆలోచించి ఆకరికి క్రీడాశాఖ మంత్రిని పిలిచాడు.

"మన అమ్మోనగరంలో ఒలంపిక్స్ పెడితే ఎలా ఉంటుంది?" అని అడిగాడు.

"అమ్మోనగరంలో ఒలంపిక్సా?"

"అవును"

"ఒలంపిక్స్ జరపాలంటే బోలెడన్ని క్రీడా మైదానాలు కావాలి. పెద్ద ఎత్తున ఏర్పాట్లు చెయ్యాలి" అన్నాడు క్రీడాశాఖమంత్రి.

"అవేం లేకుండా ఒలంపిక్స్ జరపలేమా?"

"జరపలేం"

"జరపగలం. అమ్మో ఒలంపిక్స్ కు ఆటల మైదానాలతో పని లేదు"

"ఆటల మైదానాలు లేకుండా ఒలంపిక్సా?" మరోసారి ఆటలమంత్రి ఆశ్చర్యపోయాడు.

"రన్నింగ్ రేసుకు మైదానాలక్కర్లేదు"

"మైదానాలు లేకుండా రన్నింగ్ రేసు ఎలా జరుపుతాం?"

"స్టేజీలో ఆగని సిటీబస్సు ఎక్కేందుకు పరిగెత్తమనాలి. ఎవరు ముందుగా బస్సు పట్టుకుంటే వారికి స్వర్ణపతకమివ్వాలి. రెండు మూడు స్థానాల్లో వచ్చిన వారికి రజత, కాంస్య పతకాలివ్వాలి, ఈ రన్నింగ్ రేస్ లకు మైదానాలతో పని లేదు. ఇలా రోడ్లమీద రన్నింగ్ రేస్ పెడితే మన వాళ్ళకే అన్ని పతకాలొస్తాయి."

"అమ్మో ఒలంపిక్స్ లో ఇంకేం ఆటలుంటాయి?"

"వాటర్ వర్క్స్ వాళ్ళూ, బి.ఎస్.ఎన్.ఎల్ వాళ్ళూ రోడ్లమీద గుంతలు తవ్వుతుంటారు. ఈ గుంతలున్న చోట లాంగ్ జంప్, హై జంప్, పోటీలు జరుపుదాం. వీటిలో కూడా పతకాలు మనకే"

"అమ్మో ఒలంపిక్స్ లో కుస్తీ పోటీలు కూడా పెట్టిపిద్దమంటారా?"

"తప్పకుండా పెట్టిద్దాం. వీటిని వీధి కుళాయిల దగ్గర జరిపిద్దాం. వాటి దగ్గర ఆడవాళ్ళు కుస్తీ పడుతుంటారు. ఈ పోటీల్లోనూ మన వాళ్లకే అన్ని పతకాలొస్తాయి"

"వెయిట్ లిఫ్టింగ్ పోటీలు పెడితే బాగుంటుంది"

"బడికెళ్ళే పిల్లల మధ్యే ఈ పోటీలుంటాయి. రోజూ బండెడు పుస్తకాల్ని మోయడం వారికి అలవాటే. ఆ కారణంగా పిల్లలు తేలిగ్గా బరువులెత్తగలరు. పతకాలు సాధించగలరు"

"షూటింగ్ పోటీలు పెడదామా?"

"పెడదాం. పోలీసులతో షూటింగ్ పోటీలు జరిపిద్దాం. నీళ్ళలో నీడను చూసి అర్జునుడు మత్స్య యంత్రాన్ని కొట్టాడు. అలాగే మన పోలీసులు మోకాలుకేసి గురి చూసి మెడమీద కాలుస్తారు. ఇలా ఏ దేశపు ఆటగాడూ కాల్చలేడు"

"పోల్ వాల్ట్ పోటీలు పెట్టిద్దామా?"

"అవి లేకుండా అమ్మో ఒలంపిక్స్ ఎలా జరుపుదామనుకుంటున్నావు. ఖిల్లా జైలు గోడలు తాటి చెట్టంత ఉంటాయి. ఆ జైలు నుంచి తప్పించుకుని పోయిన ఖైదీలయితే ఈ ఆట బాగా ఆడతారు. ఎక్కడున్నా వచ్చి ఈ పోటీల్లో పాల్గోనవలసిందిగా తప్పించుకుని పారిపోయిన ఖైదీలకు విజ్ఞప్తి చేద్దాం. వాళ్ళు పోల్ వాల్ట్ పోటీల్లో పాల్గొంటే మన రాష్ట్రానికే పతకాలొస్తాయి"

"అమ్మో ఒలంపిక్స్ లో కబడ్డీ ఉంటుందా?"

"ఎందుకుండదు? ఉంటుంది. మనవాళ్ళకి ఎదురుగా ఉన్నవాడి కాలుబట్టి గుంజుడు అలవాటే కదా"

"ఇంకేం ఆటలు బెడ్తామనుకుంటున్నారు?"

"ఖోఖో ఆటను అమ్మో ఒలంపిక్స్ లో చేరుస్తాను. మన రాజకీయ నాయకులకు ఈ ఆట బాగా ఆడొస్తుంది. వెన్నుపోటుకూ దీనికీ ఎన్నో పోలికలున్నాయి. ఈ ఆటలో అన్ని పతకాలు మనకేనని ప్రత్యేకంగా చెప్పాలా?"

"మొదట అన్ని రాష్ట్రాలకూ, దేశాలకూ అమ్మో ఒలంపిక్స్ గురించి వర్తమానం పంపుదాం. అందరి వీలుని బట్టి ఒలంపిక్స్ జరుపుదాం. ఇండోర్ గేమ్స్ కూడా జరిపితే బాగుంటుంది. ఏమంటావ్?" అని లత్కోర్ అడిగాడు.

"మీమాట ఎన్నడన్నా కాదన్నానా?"

"పచ్చీసూ, అష్టాచమ్మా, వైకుంఠపాళీ, చోర్ పోలీస్ వంటి ఇండోర్ గేమ్స్ జరుపుదాం. వచ్చేనెల అమ్మో ఒలంపిక్స్ జరుపుతామని పత్రికల్లో అడ్వర్టైజ్మెంట్లు ఇద్దాం"

16

మహామంత్రి లత్కోర్‌కు వాస్తు మీద నమ్మకముంది. ఇల్లూ, తలుపులూ, కిటికీలూ వాస్తు ప్రకారమే ఉండాలాంటాడు. వాస్తు బాగులేదంటూ ఇళ్ళను మార్చాడు. ఆఖరికి వాస్తు ప్రకారం ఇల్లు కట్టుకున్నాడు. అంతే కాదు. డైనింగ్ టేబుల్ మీద కంచమూ, గ్లాసూ వాస్తు ప్రకారమే ఉండేలా చూసుకుంటాడు.

డిగ్రీ కోర్సుల్లో వాస్తునూ, జ్యోతిష్యాన్నీ మహామంత్రి ప్రవేశపెట్టాడు. జ్యోతిష్యంలో చిలక జ్యోతిష్యమూ, కోయ జ్యోతిష్యమూ, హస్త సాముద్రికమూ,

సోది వంటి సబ్జెక్ట్ లు ఉంటాయి. వీటిలో పరిశోధన చేసిన వారికి డాక్టరేట్ డిగ్రీ ఇస్తారు. జ్యోతిష్యంలో డిగ్రీ సాధించిన వారికి స్వయం ఉపాధి కింద రుణాలిస్తారు. చిలుక జ్యోతిష్యులకు చిలుకల్ని ఇస్తారు.

జ్యోతిష్యరత్న విద్వాన్ వినాయకరావును ఆస్థాన జ్యోతిష్యుడిగా నియమించారు, ఆయన గారు ఒక పంచాంగాన్ని రాశారు.

బొచ్చెపార్టీ సర్కార్ పాలనలో రాష్ట్రం మూడు బార్లూ ఆరు వైన్ షాపులుగా వర్ధిల్లుతుంది. వొచ్చేసారి కూడా బొచ్చె సర్కారే వస్తుంది. లత్కోరే మహామంత్రి అవుతాడు. భూమ్మీదకు భగీరథుడు గంగను తీసుకొచ్చినట్టు రాష్ట్ర రాజధానికి సముద్రాన్ని తీసుకొస్తాడు. యాగాలు చేస్తాడు. ఇళ్ళకూ, ఆఫీసులకూ పచ్చరంగు వేసి రాష్ట్రాన్ని బంగారు రాష్ట్రంగా మారుస్తాడు. అమ్మోనగరంలో పడవ సర్వీసుల్ని ప్రారంభిస్తాడు. చెత్త కుప్పలతో ఆ నగరం అందాన్ని పెంచుతాడు. పాన్ డబ్బాలు పెట్టుకోడానికి రుణాలు ఇప్పిస్తాడు. పాన్ మరకలతో రోడ్లను అలంకరించమంటారు. అసెంబ్లీ ముందు లత్కోర్ కాంస్య విగ్రహాన్ని పెడతారు. బైరూపులకు పెద్ద పీట వేస్తారు. లత్కోర్ పురాణం చెప్పిస్తారు.

తుల–ఈ ఏడాది ఈ రాశి వారికి ఆదాయం ఆరు. వ్యయం నాలుగు. రాజపూజ్యం నాలుగు. అవమానం ఆరు. శని వక్రదృష్టి వల్ల మార్చిలో ఈ రాశివారికి పిచ్చికుక్క కరిచే ప్రమాదముంది. ఈ ప్రమాదం తప్పాలంటే రోజూ నిష్టగా కాలభైరవాష్టకం చదవుకోవాలి. వీధి కుక్కలకు బిస్కెట్లు పెట్టాలి. జూన్‌లో పోట్లాడి భార్య పుట్టింటికి పోతే తామే వండుకుని తింటారు. కూరలో కారమెక్కువేస్తారు. పప్పులో ఉప్పు వెయ్యడం మరిచిపోతారు. అన్నం పలుకవుతుంది. హోటల్‌లో తిందామనుకుంటే అది మూసి ఉంటుంది. అరటి పళ్ళు తిని నీళ్ళు తాగి పడుకుంటారు.

సింహం–ఈ రాశివారు ఆఫీసర్ ను చూడగానే గ్రామసింహంలా తోక ఊపుతారు. ఆదాయానికి మించి కర్చు పెడతారు. అందినకాడికి అప్పులు చేస్తారు. దగ్గరి దారిలో డబ్బు సంపాదించడానికి పేకాడతారు. బికారవులవుతారు. బొచ్చె పట్టుకుని అడుక్కుంటారు. మలేరియా వల్ల మంచం పడతారు. అప్పటి నుంచి దోమల మీద ద్వేషం పెంచుకుంటారు.

మేషం–ఈ రాశివారికి ఈ ఏడాది కలిసొస్తుంది. పట్టుకున్నదల్లా బంగారమవుతుంది. పెళ్ళాం చనిపోతే మళ్ళీ పెళ్లి చేసుకుంటారు. మీ రెండో

పెళ్ళాం పక్కింటి కుర్రాడితో లేచిపోతుంది. జీవితం మీద విరక్తి చెంది సన్యాసులవుతారు. కాశీకెళతారు. ప్రవచనాలు వింటూ కాలం గడుపుతారు. గంగలో మునిగి కాలం చేస్తారు. బతికున్నప్పుడే మీ తద్దినం మీరే పెట్టుకుంటారు.

వృషభం-వీరు ఎద్దులా పని చేస్తారు. ఏ పనీ లేకపోతే పిల్లి బుర్ర గొరుగుతారు. కుక్కతోక వంకర తియ్యడానికి ప్రయత్నిస్తారు. అప్పడాలు, వడియాలు వ్యాపారంలోకి దిగుతారు. మీ గుమ్మడి వడియాలకి విదేశాల్లో మంచి గిరాకీ ఉంటుంది. ఉల్లిగడ్డల పొట్టుతో ఉల్లిరేకులనే స్వీట్లు తయారుచేస్తారు. చేమ దుంపలతో చేగోడీలూ, కాకరకాయలతో బజ్జీలూ, ఆనపకాయలతో హల్వా చేసి అమ్ముతారు. పాకశాస్త్ర ప్రవీణ అనే బిరుదు మీకొస్తుంది.

మకరం-ఈ రాశివారికి ఈ ఏడాదిలో ఆదాయం ఎనిమిది. వ్యయం కూడా ఎనిమిదే. రాజపూజ్యం మూడు. అవమానం రెండు. వీరి పూర్వీకులు బిచ్చగాళ్ళు. వీరి ఇళ్ళల్లో రకరకాల బొచ్చెలుంటాయి. బొచ్చెపార్టీ కార్యకర్తలకు బిచ్చమెత్తడంలో వీరు శిక్షణనిస్తారు. బిచ్చమెత్తడంపై పరిశోధక గ్రంథం ప్రచురిస్తారు. ఆ పుస్తకానికి సాహిత్య అకాడమీ అవార్డు వస్తుంది. లక్ష రూపాయలతో బొచ్చె సర్కార్ సన్మానిస్తుంది. కంచర గాడిదపై ఊరేగిస్తుంది.

కన్య-ఈ ఏడాది ఈ రాశి వారి ఆదాయం ఆరు. వ్యయం ఎనిమిది. గుర్రప్పందాలు ఆడి బికారులవుతారు. మందు కొడతారు. యాక్సిడెంట్ అవ్వడంతో వీరికి వాహనయోగం పడుతుంది. ఆస్పత్రి పాలవుతారు. అక్కడ నర్సుతో ప్రేమలో పడతారు. పిల్లల్ని కంటారు. ఒక పిల్లణ్ణి దత్తత ఇచ్చి ధనికులవుతారు. సినిమాలు తీస్తారు. అది ఫ్లాప్ కావడంతో రోడ్డున పడతారు.

కుంభం-ఈ రాశివారు ఈ ఏడాది మొదటి ఆర్నెల్లలో కష్టాల పాలవుతారు. తగిలిన చోటే మళ్ళీ మళ్ళీ దెబ్బ తగుల్తుంది. కొబ్బరికాయల వ్యాపారం చేసి నష్టపోతారు. అప్పులెగ్గొడ్తారు. ఎవరికీ కనిపించకుండా దేశాలు పట్టిపోతారు. దొంగతనాలు చేసి జైల్లో పడతారు. జైలు నుంచి తప్పించుకోబోయి దొరికిపోతారు. పోలీసులతో తన్నులు తింటారు. జూన్ లో జైలు నుంచి విడుదలవుతారు. కూలీనాలీ చేసుకుని బతుకుతారు.

మిథునం-వీరు ఈ ఏడాది అందరితో అకారణంగా పోట్లాడతారు. కొట్లాడి పెళ్ళాం పుట్టింటికి పోతుంది. అక్కడే ఓ పిల్లాడికి జన్మనిస్తుంది. వాణ్ణి హాస్టల్‌లో ఉంచి చదివిస్తారు. పెద్దయ్యాక వాడు ఇంజినీరవుతాడు. పై చదువులకు అమెరికా

వెళతాడు. చదువయ్యాక ఉద్యోగం సంపాదించి అక్కడే సెటిల్ అవుతాడు. మిమ్మల్ని వృద్ధాశ్రమంలో ఉంచుతారు. అక్కడే మీరు హరీమంటారు.

మీనం-ఈ రాశి వారికి ఈ ఏడాదిలో ఆదాయం నాలుగు. వ్యయం ఐదు. రాజపూజ్యం నాలుగు, అవమానం నాలుగు. వీరు ఆఫీసులో పులిలా ఉంటారు. ఇంట్లో పిల్లిలా ఉంటారు. వీరికి జుట్టురాలి బట్టతల వస్తుంది. పెరట్లోని కొబ్బరి చెట్టు మీద నుంచి ఓ కొబ్బరికాయ రాలి బట్టతల మీద పడుతుంది. తల పగిలి స్పృహ తప్పుతారు. పిచ్చెక్కుతుంది. దాంతో వీర్ని పిచ్చాసుపత్రిలో చేరుస్తారు. పిచ్చి కుదిరి రోకలి తల చుట్టుకుంటారు. రోకలి తల చుట్టుకున్న మనిషి రోడ్డున పడ్డాడు అని సినిమా తీస్తారు. ఆ సినిమాకు అవార్డు కూడా వస్తుంది.

వృశ్చికం- ఈ ఏడాదిలో ఈ రాశివారికి ఆదాయం ఆరు. వ్యయం కూడా ఆరే. మార్చిలో వీరికి స్థిరాస్తి లభిస్తుంది. పక్కింటివాళ్ళు బదిలీ మీద వెళ్ళిపోతూ రుబ్బురోలు ఇచ్చిపోతారు. బాత్రూమ్‌లో జారి పడడంతో చెయ్యి విరుగుతుంది. కొత్తూరు వెళ్ళి కట్టు కట్టించుకుంటారు. చెంచాతో అన్నం తింటారు. దీపముండగానే ఇల్లు చక్కబెట్టుకోబోతుంటే దీపం చేజారి ఇల్లంటుకుంటుంది. మీ బట్టలు కాలి బూడిదవడంతో గోచీ పెట్టుకుని తిరుగుతారు. గోచేశ్వర్ గా పేరు పొందుతారు.

కర్కాటకం - ఈ రాశివారికి ఈ ఏడు ఆర్నెల్లు కష్టాలుంటే ఆర్నెల్లు సుఖాలుంటాయి. వీరికి నీటి గండముంది. గండం తప్పాలంటే నెలరోజుల పాటు వరుణజపం చెయ్యాలి. చెంబులో తుంగభద్ర నీళ్ళను తీసుకెళ్ళి గంగానదిలో కలపాలి. కృష్ణా, గోదావరి నీళ్ళను నెత్తిమీద జల్లుకోవాలి. రోజూ తెల్లవారుజామునే లేచి తల స్నానం చెయ్యాలి. పదిమందికి మినరల్ వాటర్ బాటిళ్ళు పంచాలి. వీరు నాటకాల్లో వేషం కడతారు. సినిమా ఛాన్స్ ల కోసం ప్రయత్నిస్తారు. ఎవరూ చదవని ఆత్మకథ రాస్తారు.

ధనస్సు - ఈ ఏడాది ఈ రాశి వారికి ఆదాయం రెండు. వ్యయం నాలుగు. రాజపూజ్యం సున్నా. అవమానం ఆరు. ఎండా వానల్లాగ వీరికి కష్టసుఖాలొస్తాయి. కష్టాలొచ్చినప్పుడు కుంగిపోతారు. గుడికెళ్ళి పూజలు చేస్తారు. సుఖాలొచ్చినప్పుడు పొంగిపోతారు. క్లబ్బుకెళతారు. మందు కొట్టి కార్ నడుపుతూ యాక్సిడెంట్ చేస్తారు. వీరి మీద కేసు వేస్తారు. ఆ కేసు ఆర్నెల్ల పాటు నడుస్తుంది. వాళ్లనూ, వీళ్ళనూ పట్టుకుని ఎలాగో కేసు నుంచి బయిట పడతారు.

17

అది ప్రభుత్వ గోదాము.
అందులో బియ్యం బస్తాలు
ఆ బస్తాల్లో ముక్క బియ్యం
ఆ గోదాములో ఎలుకలు
అందులో అవి స్వేచ్ఛగా తిరుగుతుంటాయి

ఆరోజు ఎలుకలన్నీ సమావేశమయ్యాయి. పెద్ద ఎలుకలూ, చిట్టెలుకలూ, చుంచెలకలూ, పందికొక్కులూ ఆ సభకొచ్చాయి.

వినాయకుని వాహనమైన మూషికరాజం ఆ సమావేశానికి అధ్యక్షత వహించింది.

“ఆ ఎలుకలా నేను లావుగా ఎన్నడవుతాను?” అని ఒక చిట్టెలుక తల్లినడిగింది.

“మహామంత్రిలా ఏదిబడితే అది తింటే లావైతావు.” అని తల్లి ఎలుక అంది.

“ఆయనంతలా తింటాడా?”

“అవును. తినడం వల్ల ఆయన బొర్ర పెరిగింది. ఆయాసపడుతూ నడుస్తాడు. పదవిలో ఉండగానే పది రాళ్ళు వెనకేసుకోవడానికే ప్రయత్నిస్తున్నాడు”

“వెనుక కాకుండా కడుపులో వేసుకుంటున్నాడేమో?”

తల్లి ఎలుక నవ్వింది. తోకతో చిట్టెలుకని ఆప్యాయంగా నిమిరింది.

“వెనకేసుకుంటే ఎవరి కంటనైనా పడే ప్రమాదముంది. స్విస్ బాంక్‌లో దాచుకుంటే ఎవరి కంటా పడదు. ఇక నోరు మూసుకుని మూషికరాజం మాటలు విను”

“మహామంత్రి లత్కోర్ పాలనలో మీరు సుఖంగా ఉన్నారా?” అని మూషికరాజం అడిగింది.

“గోదాములోని బియ్యం ముక్కిపోయాకే, పురుగులు పట్టాకే రేషన్ దుకాణాలకు పంపుతారు. రూపాయికి కిలో లెక్కన జెనాలకు అమ్ముతారు. మంచి బియ్యం మా పాలబడుతున్నది. ఆ బియ్యం తినడం వల్ల పిల్లాజెల్లలతో హాయిగా, ఆనందంగా నవ్వుతూ తుళ్లుతూ బతుకుతున్నాం” అని ఒక ఎలుక చెప్పింది.

"భేష్ భేష్. లత్కోర్ మహామంత్రి తింటాడు తింటాడంటున్నారు. ఎలా తింటాడు?"

"ఆయన తినే తరీకలగుంటది"

"వామ్మో కొంపలు ముంచడం అంటే ఇదేనేమో"

"కొంపల్ని కాదు. రాష్ట్రాన్ని"

"కేవలం మహామంత్రేనా? మంత్రులు కూడానా"

"ఆ. మంత్రులు కూడా. ఒక మంత్రి వేసిన రోడ్డునే మళ్ళీ మళ్ళీ వేయిస్తుంటాడు"

ఎలుక ఇంకేమో చెప్పబోతుంటే పెళ్ళాం పుట్టింటికెళుతుంటే అడ్డుకున్న మొగుడిలా మూషిక రాజం అడ్డొచ్చి -

"ఒకసారి వేయించిన రోడ్డును మళ్ళీ మళ్ళీ వేయించడమెందుకు?" అని అడిగింది.

"ఒకసారి వేయించిన రోడ్డు మూణ్ణెల్లకే అడ్రెస్ లేకుండా పోతున్నది"

"చిత్రంగా ఉందే"

"ఇంకొక మంత్రి ఈ మధ్య నకిలీ నోట్ల కుంభకోణంలో పట్టుబడ్డాడు. అతణ్ణి సౌరాష్ట్ర పోలీసులు అరెస్టు చేసి జైల్లో పెట్టారు"

"ఇదేమిటని ఎవరూ మహామంత్రిని అడగలేదా?"

"ఎందుకడగలేదు. అడిగారు"

"అడిగితే ఏమన్నాడు"

"మా మంత్రి అమాయకుడు. అతణ్ణి సౌరాష్ట్ర పోలీసులు అరెస్టు చెయ్యలేదు. ఆ రాష్ట్రంలో జైళ్ళు ఎలా ఉంటాయో చూసి రమ్మని నేనే పంపాను. అక్కడి జైళ్ళను చూసి రావడానికి అతనికి కొన్ని నెలలు పట్టొచ్చని అన్నాడు"

"అబ్బో. ఆయన గారి మాట ముత్యాల మూట. బంగారు గొలుసు పేట. చిగురాకులు తిని కోకిల పాడే సుమధుర పాట"

"ఈ మూషిక రాజం తన పాండిత్యాన్ని ఒలకబోస్తున్నాడు" అని ఎలుకలు మనసులో అనుకున్నాయి.

సందట్లో సడేమియాలా ఆవారా ఎలుక ఆడ ఎలుకలకు లైట్ కొట్టే పనిలో పడింది. ఒక ఆడ ఎలుకను ముద్దు పెట్టుకోబోతే అది దూరంగా జరిగింది.

"మర్యాదగా ముద్దు పెట్టుకోనిస్తావా? లేక నిన్ను కిడ్నాప్ చెయ్యమంటావా "

"నేను అందరిలాంటి దాన్ని కాదు. నాకు బరాటా వచ్చు. తోకతో కొట్టానంటే చచ్చూరుకుంటావు"

ఎలాగైనా మరో వయ్యారి ఎలుకను బుట్టలో వేసుకోవాలని ఆవారా ఎలుక అనుకుంది. అనుకుని మరో ఎలుక సుందరి పక్కన చేరింది.

"దగ్గరకి రాకు" అని ఎలుక సుందరి అన్నది.

"ఎందుకు రావొద్దు?"

"నీకు ఎయిడ్స్ అట కదా?"

"ఎవరు చెప్పారు?"

"ఒకరేమిటి. అందరూ అనుకుంటున్నారు?"

"పిచ్చిదానా. రోజుకో అప్సరసతో తిరిగే ఇంద్రుడికి ఎయిడ్స్ వచ్చిందా?. ఆయనకే రానప్పుడు నాకెలా వస్తుంది"

"కథలు చెప్పకు"

"కతలు చెప్పడానికి నేనేమైనా మంత్రినా?"

"దగ్గరికి రావొద్దు అంటే వినవెందుకు? పెద్దగా అరుస్తాను. నలుగురూ వచ్చి నిన్ను తంతారు"

ఈ గోదాము వాస్తు బాగులేదో, నేను లేచిన వేళ బాగులేదో కాని ఇవ్వాళ ఒక్క ఎలకా బుట్టలో పడలేదు అని ఆవారా ఎలుక అనుకుంది.

"నాకైనా, మీకైనా, జెనాలకైనా, దేవతలకైనా రైతులు పండించడం వల్లే అన్నం దొరుకుతున్నది. ఈ దిక్కుమాలిన రాష్ట్రంలో రైతులు బాగున్నారా?" అని మూషిక రాజం అడిగింది.

"ఎక్కడ బాగు? పంటలు పండకా అప్పుల బాధ భరించలేకా పురుగుల మందు తాగి రైతులు ఆత్మహత్య చేసుకుంటున్నారు" అని ఒక చుంచెలుక చెప్పింది.

"మహామంత్రి లత్కోర్ ఏం చెయ్యడం లేదా?"

"ఎందుకు చెయ్యడం లేదు? చేశాడు"

"ఏం చేశాడు?"

"రైతుల మరణాల మీద ఒక విచారణ సంఘాన్ని వేశాడు"

"విచారణ సంఘమా?"

"అవును. విచారణ సంఘమే"

"ఎవరితో?"

"వేదాంతులూ, వ్యవసాయ శాస్త్రవేత్తలూ, వడ్డీ వ్యాపారులూ, డాక్టర్లతో"

"వీరేం చేస్తారు?"

"రైతుల ఆత్మహత్యలకి గల కారణాలని తెలియజేస్తారు"

"వేదాంతులకూ, రైతుల ఆత్మహత్యలకూ సంబంధమేమిటి?"

"సంబంధముంది"

"అదెలా?"

"వేదాంతులకు ఆత్మతో సంబంధం ఉంది. రైతుల ఆత్మహత్యల్లో ఆత్మ ఉంది. ఆ కారణంగా రైతులు ఆత్మను ఎందుకు హత్య చేశారో తెలుసుకోవడానికి వేదాంతులు ప్రయత్నిస్తారు"

"వ్యవసాయ శాస్త్రవేత్తలెందుకు?"

"రైతులు పురుగుల మందు తాగి ఆత్మహత్య చేసుకుంటున్నారు. పురుగుల మందు గురించి వ్యవసాయ శాస్త్రవేత్తలకంటే ఇంకెవరికి బాగా తెలుసు?"

"బాగానే ఉంది కానీ రైతుల ఆత్మహత్యలకూ, వడ్డీ వ్యాపారులకూ ఎలా సంబంధముందో నాకు అర్థం కావడం లేదు"

"ఇందులో అర్థం కాకపోవడానికి ఏముంది. అప్పుల బాధ భరించలేక రైతులు ఆత్మహత్య చేసుకున్నారు. అప్పులిచ్చేదెవరు? వడ్డీ వ్యాపారులు"

"రైతుల ఆత్మహత్యల మీద డాక్టర్లేం చేస్తారు?"

"రైతుల శవాల్ని డాక్టర్లు పరీక్షిస్తారు. వారి ఆత్మహత్యలకి గల కారణాలని కనుక్కుంటారు"

"వేదాంతులేం చేసారు?"

"ఆత్మ అంటే ఏంటో తెలుసుకోవడానికి వేదాంతులు ప్రయత్నాలు

మొదలుపెట్టారు. ముందుగా వాళ్ళు శివాలయానికి వెళ్ళారు. అభిషేకం చేశారు. మారేడు దళాలతో పూజించారు. లింగాష్టకం చదివారు. ఎంత పూజ చేసినా, ఎన్ని స్తోత్రాలు చదివినా ఆత్మ అంటే వాళ్లకు తెలియలేదు."

"తెలియకపోతే వాళ్ళేం చేశారు?"

"శివాలయమైతే లాభం లేదని రామాలయానికి వెళ్ళారు"

"రాజకీయ నాయకులు పార్టీ మారినట్టు వేదాంతులు ఈ దేవుడి నుంచి ఆ దేవుడుకి మారారన్నమాట"

"అవును. రామ నీలమేఘ శ్యామా అని పాడుతూ పూజలు చేశారు. కళ్ళు మూసుకుని రాంరాం అంటూ ధ్యానం చేశారు. సిఫార్సు లేనిదే దేవుడు సైతం కరుణించడని - మము బ్రోవమని చెప్పవే సీతమ్మ తల్లి అంటూ సీతాదేవిని వేడుకున్నారు. ఎన్ని కీర్తనలు పాడినా ఎంతగా ప్రార్థించినా లాభం లేకుండా పోయింది"

"ఆత్మ అంటే తెలుసుకోవడానికి వేదాంతులు ఇంకేమైనా చేశారా?"

"పూజలూ, పునస్కారాల వల్ల లాభం లేకపోవడంతో వేదాంతులు మతగ్రంథాల్ని తిరగేసారు. మత గ్రంథాల్ని తిరగేస్తుండగా ఒక వేదాంతికి ఆత్మ అంటే ఏమిటో తెలిసింది"

"అది సరే. రైతుల ఆత్మహత్యలకి గల కారణమేంటో తెలిసిందా?"

"తెలిసింది. రైతుల ఆత్మహత్యలపై వేదాంతులు ఒక నివేదిక తయారు చేసారు"

"ఏమిటా నివేదిక. అందులో ఏముంది?"

"ఆత్మ నిప్పులో కాలదు. నీళ్ళలో నానదు. ఆత్మను కత్తి నరకలేదు. తుపాకీ గుండు తునకలు చెయ్యలేదు. ఆత్మకు చావు లేదు. చావులేని ఆత్మని రైతులెలా హత్య చేస్తారు? రైతుల ఆత్మహత్య బూటకం. పత్రికలు అల్లిన కట్టుకథ అంటూ వేదాంతులు నివేదిక తయారు చేశారు. దాన్ని లత్కోర్ సర్కార్ కి పంపారు"

"వహ్వా. ఏం నివేదిక. ఏం నివేదిక. వ్యవసాయ శాస్త్రవేత్తల నివేదిక మాటేంటి?"

"పురుగుల మందును పంటపొలాలపై జల్లి వ్యవసాయ శాస్త్రవేత్తలు పరీక్షించారు. పరీక్షించిన తర్వాత నివేదిక తయారు చేసారు"

"ఏంటా నివేదిక?"

"పురుగుల మందుకు పురుగులే చావడం లేదు. పైగా పెళ్ళాం పిల్లలతో సుఖంగా ఉన్నాయి. పురుగుల మందుకు పురుగులే చావనప్పుడు రైతులెలా చస్తారు? పురుగుల మందు తాగి రైతులు ఆత్మహత్య చేసుకోవడం శుద్ధ అబద్ధం. ఇది కేవలం ప్రతిపక్షాల ఆరోపణ అంటూ వ్యవసాయ శాస్త్రవేత్తలు నివేదిక తయారు చేసారు"

"వడ్డీ వ్యాపారుల మాటేంటి?"

"వడ్డీ వ్యాపారులు నలుగురికీ అప్పులిచ్చారు. కానీ ఆ నాలుగులో మూడు మొండి బాకీలు. వడ్డీ వ్యాపారులు ఏం చేసినా ఎంత తిరిగినా అవి నసూలు కాలేదు"

"వసూలు కాకపోతే ఏం చేసారు?"

"రైతుల ఆత్మహత్యలపై నివేదిక తయారు చేసారు"

"బాకీలు వసూలు కాకపోతే నివేదికా. చిత్రంగా ఉందే. ఇంతకీ ఆ నివేదికలో ఏముంది?"

"ఇవాళ్రేపు అప్పు తీసుకున్న వాడు మహారాజులా దర్జాగా ఉన్నాడు. అప్పు ఇచ్చిన వాడే అప్పు తీసుకున్న వాడి చుట్టూ తిరుగుతున్నాడు. ఆత్మహత్య చేసుకుంటే అప్పు ఇచ్చిన వాడు చేసుకుంటాడు కానీ, అప్పు తీసుకున్న వాడు కాదు. రైతులు అప్పుల బాధ భరించలేక ఆత్మహత్య చేసుకోవడం కట్టుకథ. గిట్టని వారు ప్రభుత్వంపై జల్లిన బురద అని వడ్డీ వ్యాపారులు నివేదిక తయారు చేసి ప్రభుత్వానికిచ్చారు"

"డాక్టర్లేం చేసారు?"

"డాక్టర్లు రైతుల శవాలకు పరీక్షలు జరిపారు. ఒక డాక్టర్ శవ పరీక్ష చేస్తూ ఒక రైతు శవం కోసాడు. ఆ రైతు శవం కడుపులో అతనికో అన్నం మెతుకు కనిపించింది. అన్నం మెతుకు కనిపించగానే అతని కళ్ళు మెరిసాయి. నిజమేమిటో తెలిసిపోయింది. రైతుల ఆత్మహత్యలపై వెంటనే అతనో నివేదిక తయారు చేసి ప్రభుత్వానికి ఇచ్చాడు"

"ఆ నివేదిక ఏమిటి?"

"రైతులు అప్పుల బాధ భరించలేక ఆత్మహత్య చేస్కోలేదు. పురుగుల మందు తాగి ప్రాణాలు తీసుకోలేదు. కేవలం తిన్నది అరక్క చచ్చారంటూ ఆ డాక్టర్ నివేదిక ఇచ్చాడు"

"అందరూ ఇచ్చిన నివేదికలను చూసిన తరువాత మహామంత్రి లత్కోర్ ఏం చేశాడు?"

"నివేదికలన్నిటినీ చూసిన తర్వాత లత్కోర్ పత్రికలకు ఫుల్ పేజీ అడ్వర్టైజ్మెంటిచ్చాడు"

"అందులో ఏముంది?"

"రైతుల ఆత్మహత్యలపై నిజనిర్ధారణ సంఘాన్ని వేసాము. రైతులు అప్పుల బాధ భరించలేక ఆత్మహత్య చేస్కోలేదని, పురుగుల మందు తాగి ప్రాణాలు తీస్కోలేదని, కేవలం తిన్నది అరక్క చచ్చారని ఆ నివేదికలో తేలింది. ఇప్పటి నుంచి రైతులందరూ నాలాగే పొద్దుగూకులా పనిచేస్తూ మన దిక్కుమాలిన రాష్ట్ర అభివృద్ధికి పాటు పడాలని కోరుతున్నాను అని లత్కోర్ ఆ అడ్వర్టైజ్మెంట్ లో విజ్ఞప్తి చేశాడు" అని చుంచెలుక మూషిక రాజానికి చెప్పింది.

"దిక్కుమాలిన రాష్ట్రంలో చదువులెలా ఉన్నాయి?" అని మూషికరాజం అడిగింది.

"ఒక మెతుకు పట్టి చూపుతాను.
అమ్మో నగరంలో వెంకట్రావు మధ్య తరగతి ఉద్యోగి.
అతనికి తల్లీ తండ్రీ, పెళ్ళాం, పిల్లలూ ఉన్నారు.
అప్పులూ, తిప్పలూ ఉన్నాయి
కష్టాలూ, కన్నీళ్ళూ ఉన్నాయి.
అవి పిలవని పేరంటంగా వస్తూ ఉంటాయి.

ఆరోజే ఇంటర్ రిజల్ట్స్ వచ్చాయి. వెంకట్రావు తన స్నేహితులందరినీ విందుకు పిలిచాడు. వీలున్న వాళ్ళంతా వచ్చారు.

అతని కొడుకు ఒక కుర్చీలో కూర్చుని ఉన్నాడు. వాడి మెడలో పూలదండ ఉంది. వాడి ముందు చిన్న టేబుల్ ఉంది. దాని మీద ఒక కేక్ ఉంది. దాన్ని వాడు కోసాడు.

హాపీ బర్త్ డే టుయూ అని అంటూ అందరూ చప్పట్లు కొట్టారు.

"ఇవాళ మావాడి బర్త్ డే కాదు" అని వెంకట్రావన్నాడు.

"మరేమిటి?" అని ఒకడడిగాడు.

"ఇంటర్ రిజల్ట్స్ వచ్చాయి.." అని వెంకట్రావు ఇంకేదో చెప్పబోతుంటే -

"మీ వాడికి ఫస్ట్ క్లాస్ వచ్చిందా?"

"రాలేదు"

"మరెందుకీ పార్టీ?"

"ఎందుకంటే మావాడు ఫెయిల్ అయినందుకు"

"ఫెయిల్ అయినందుకు పార్టీయా?"

"అవును. మావాడు ప్యాసయితే వాణ్ణి ఏ బీటెక్కో ఏ ఎంబిబియస్ లోనే చేర్చాలి. అందుకు లక్షలు లక్షలు డొనేషన్ కట్టాలి. ఫీజులు చెల్లించాలి. వాటికోసం అప్పులు చెయ్యాలి. వాటిమీద వడ్డీలు కట్టాలి. అసలు తీర్చలేక చావాలి. మావాడు నాకు ఈ బాధలు లేకుండా చేసాడు" అని అన్నాడు " అని చుంచెలుక చెప్పింది.

"వినాయకుని దగ్గరకెళ్ళాలి" అంటూ మూషిక రాజం వెళ్ళిపోయింది.

18

చిమ్మన్ చీకటి. నిద్రాదేవి ఒడిలో అందరూ సేదదీరుతున్నారు. అందరూ అంటే అందరూ కాదు. కొందరు నిద్ర రాక అటిటూ దొర్లుతున్నారు. కొందరు కలవరిస్తున్నారు. మరికొంత మంది కలల బజార్లో తిరుగుతున్నారు. కలల బజార్లో తిరుగుతున్న కొందరికి యాక్సిడెంట్లవుతున్నాయి. కుక్కలు భౌబౌమంటున్నాయి. కీచురాళ్ళు గానకచేరీ చేస్తున్నాయి. దోమలు వీరవిహారం చేస్తున్నాయి. లాఠీతో రోడ్డుమీద ముద్రలేస్తూ గూర్ఖా గస్తీ తిరుగుతున్నాడు. పాలకోసం లేచి ఏడుస్తున్న పసివాణ్ణి ఓ ఉద్యోగి ఆఫీసర్‌లా అదమాయిస్తున్నాడు.

సింహగిరిలో చీమ చిటుక్కుమన్నా వినిపించడం లేదు. అది ప్రసిద్ధ పుణ్యక్షేత్రం. అక్కడ నరసింహస్వామి కొలువై ఉన్నాడు. పవళింపు సేవ కావడంతో ఆయన నిద్ర

పోతున్నాడు. గుడి తలుపులు మూసి ఉన్నాయి. మూసిన తలుపులకు తాళాలూ ఉన్నాయి. దేవుడికీ దొంగల భయముంది.

గర్భగుడిలో పడుకున్న నరసింహ స్వామి హఠాత్తుగా మేల్కొన్నాడు. ఎప్పుడూ పక్కనే ఉండే లక్ష్మీ దేవి ఆయనకు కనిపించలేదు. మొగుడూ పెళ్ళాలన్నాక చిన్నపాటి కొట్లాటలవుతూనే ఉంటాయి. అసువంటివేవీ కాలేదు. ఫలానిది కావాలనీ అడగలేదు. నా మీద అలిగిందా? అలిగితే ఎందుకలిగింది. ఎక్కడికెళ్ళింది. ఎందుకెళ్ళింది అని నరసింహ స్వామి అనుకున్నాడు. ఎక్కడికెళ్ళినా ఇక్కడికి రాకుండా పోతుందా అని ఊరుకోకుండా బుగులు లేకుండా మొగులు తొవ్వపొంటి బయల్దేరాడు.

తొవ్వ నడ్మలో సింహగిరి వైపు వస్తున్న నారదుడు ఆయనకి ఎదురయ్యాడు.

"నారాయణ నారాయణ. నేను మీ దగ్గరకొస్తుంటే మీరెటు వెళుతున్నారు స్వామీ?"

"ఏం చెప్పమంటావు నారదా? అర్ధరాత్రి మెలకువ వచ్చి చూస్తే లక్ష్మీదేవి కనిపించలేదు. ఆమెను వెతుకుతూ వెళుతున్నాను"

"లక్ష్మీదేవి మీమీద అలిగిందేమో దేవా"

"నేనామెను ఏమనలేదే"

"ఈ మధ్య జరిగిన సంఘటనలన్నీఓసారి గుర్తు చేసుకోండి"

"ముసలితనం వల్ల మతిమరుపు వచ్చింది నారదా"

"గుర్తు తెచ్చుకోవడానికి గట్టిగా ప్రయత్నించండి"

గడ్డం కింద చెయ్యి పెట్టుకుని పైకి చూస్తూ నరసింహ స్వామి ఒక్కతీర్గ ఆలోచించాడు.

"ఆ గుర్తుకొచ్చింది నారదా"

"అదేంటో చెప్పండి"

"తన పుట్టింటి వారిని అడవి నుంచి వెళ్లగొట్టాలని చూస్తున్నారనీ, నేనేమో నిమ్మకు నీరెత్తినట్లున్నాననీ ఓసారి లక్ష్మి నాతో అన్నట్టు గుర్తు"

"ఎవరు వెళ్ళగొట్టాలని చూస్తున్నారు? ఎందుకు వెళ్ళగొట్టాలని చూస్తున్నారని మీరామెనడిగారా"

"అడక్కపోగా, మీ పుట్టింటి వారెవరన్నాను"

"అలా ఎందుకడిగారు దేవా?"

"ఏం చెయ్యిమంటావు నారదా? అన్నీ మరచిపోతున్నాను. నేనలా అడగ్గానే

ఆమె చిన్నబుచ్చుకుంది. నాతో మాట్లాడటం తగ్గించేసింది”

“మీరలా అడిగితే ఆమెకి కోపం రాదా మరి. రామావతారంలో సీత మీ సహచరి. కృష్ణావతారంలో రుక్మిణి మీ భార్య. నరసింహావతారంలో చెంచులక్ష్మి మీ ధర్మపత్ని. ఆమె పుట్టింటి వారు చెంచులు. వారు నల్లమల అడవిలో ఉన్నారు. నల్లమలే చెంచులక్ష్మి పుట్టిల్లు”

“ఇంతకీ చెంచులకొచ్చిన కష్టమేమిటి నారదా?”

“నల్లమల అడవిలో యురేనియం ఉంది. నాయకులు దాన్ని పైకి తియ్యాలని చూస్తున్నారు. అందుగ్గానూ చెంచుల్ని అడవి నుంచి తరిమెయ్యాలనుకుంటున్నారు”

“అడవిలోనే ఉండాలన్న రూలేమిటి?. చెంచులు ఎంచక్కా ఏ నగరంలోనో ఉండొచ్చు కదా”

“చెంచులకు అడవే ప్రాణం. అడవి నుంచి వెళ్ళగొడితే నీళ్ళనుంచి పైకి తీసిన చేపల్లా వాళ్ళు గిలగిలా తన్నుకుంటారు”

“యురేనియంను ఎందుకు పైకి తియ్యాలి అనుకుంటున్నారు?” అని నరసింహ స్వామి అడిగాడు.

“ఏం తెలియకుండా ఎలా ఉంటున్నారు స్వామీ?”

“గర్భగుడిలో ఉంటే నాకు విషయాలు ఎలా తెలుస్తాయి నారదా?”

“మరి లక్ష్మీదేవికి ఎలా తెలుస్తున్నాయి?”

“ఆమె అందరిళ్ళలో ఉంటుంది”

“ఆమె మీకేం చెప్పలేదా?”

“చెప్పలేదు. అన్నీ స్వయంగా నేనే తెలుసుకోవాలంటుంది”

“యురేనియం గురించి అడిగారు కదా. దాంతో కరెంటూ పుట్టించవచ్చు. బాంబులూ తయారు చేయవచ్చు” అని నారదుడు చెప్పాడు.

“మరెందుగ్గొడవ?”

“అది భూమిలో దాచిన భూతం లాంటిది. అది పైకి వచ్చిందా అంతే......” అని నారదుడింకేదో చెప్పబోతుంటే నరసింహుడు అడ్డుకుని %--

%“అది భూమ్మీదకి వస్తే ఏమౌతుంది?”

"అడవిలోని జంతువులన్నీ చచ్చిపోతాయి. దానిలోని చెట్ల ఆకులూ, దాని దగ్గరలోని నదుల నీళ్ళూ విషంగా మారతాయి. జెనాలకు రోగాలొస్తాయి"

"చెంచులేమనడం లేదా?"

"బూమ్లో ఉన్నదాన్ని మీద్కి దెచ్చి బూమీ్మద ఉన్నోళ్ళను సంపుతరా? చిన్నోల్లమంత గల్సి ఒక పెద్దోన్ని కుర్సి మీద గూసుండబెట్టినం. ఎందుగ్గూసుండ బెట్టినం. మాకేమన్న అయితె మాతోనే ఉంటడని. గిప్పుడు మాకు కస్టమొచ్చింది. మాకు కస్టమొస్తే పెద్దోడు అడ్డం దిర్గాలె. గని దిర్గతలేడు. గిప్పుడు మేమేం జేస్తం. పెద్దోనికే అడ్డం దిర్గుతం" అని చెంచులు అంటున్నారు దేవా.

"వారికి అండగా ఉండటానికే లక్ష్మి అడవులకెళ్ళిందంటావా?"

"అవును"

"లక్ష్మీదేవి సింహగిరికి రావాలంటే ఏం చెయ్యాలి నారదా?"

"యురేనియం తవ్వకాలు నిలుపగలిగితే లక్ష్మీదేవి సింహగిరికి తిరిగి వస్తుంది"

"వాటినెలా నిలపాలి?"

"మీరు జెనంలో కలిసి ఆ తవ్వకాల్ని అడ్డుకోవాలి. ప్రజాశక్తి ముందు ఎంతటి ప్రభుత్వమైనా తలవంచక తప్పదు"

"నువ్వు చెప్పినట్టే చేస్తా నారదా?"

"వస్తా దేవా. నారాయణ నారాయణ" అంటూ నారదుడు వైకుంఠం వైపు వెళ్ళాడు.

నరసింహస్వామి నల్లమల వైపు నడిచాడు.

ఏదో చప్పుడుకు లత్కోర్‌కి మెలకువొచ్చింది. గాబరాపడుతూ ఆయన గారు లేచి కూర్చున్నారు. ఇదేమిటి ఇలాంటి కల పడింది. సింహగిరిలో పెద్ద ఎత్తున యాగం చెయ్యాలనుకుంటున్నాను. నరసింహస్వామీ; లక్ష్మీదేవీ లాపతా అయితే కొంప మునుగుతుంది. ఇంతకీ ఈ కల నిజమైతుందా. ఒకవేళ నిజమైతే. ఎందుకన్నా మంచిది ఏదోటి చెయ్యాలని అతను అనుకున్నాడు.

19

కరోనా దిక్కుమాలిన రాష్ట్రంలోకి అడుగు పెట్టింది. కరోనా పాజిటివ్ కేసులు

పెరిగాయి. ఆస్పత్రుల్లో బెడ్లు కరువయ్యాయి. రాష్ట్రంలో లాక్ డౌన్ ప్రకటించారు. దుకాణాలూ, సినిమా హాళ్ళూ, స్కూళ్ళూ బందయ్యాయి. అందరూ మాస్కులు పెట్టుకున్నారు. వైన్ షాపులూ బార్లూ మూతపడ్డాయి. మందు దొరక్కపోవడంతో మందు బాబులకు పిచ్చెక్కినట్టైంది. వైన్ షాపుల్లో దొంగలు పడటంతో విస్కీ బ్రాందీ, బీరు సీసాలకు కాళ్ళొచ్చాయి.

బస్సులు నడవడం లేదు. రైళ్ళు తిరగడం లేదు. విమానాలు పైకెగరడం లేదు. రాష్ట్ర సరిహద్దుల్ని మూసేసారు. అనవసరంగా రోడ్లమీద తిరిగే వారిని లాటీతో పోలీసులు సత్కరిస్తున్నారు. మొదటిసారిగా పక్కింటి వాళ్ళూ క్షేమంగా ఉండాలని జెనం కోరుకున్నారు. ఉద్యోగులు ఇళ్లకే పరిమితమయ్యారు. అంట్లు తోమారు. ఇల్లు ఊడ్చారు. పిల్లలనాడించారు. తమ పాక కళాశాస్త్రాన్ని ప్రదర్శించారు. లాక్ డౌన్ లో రోడ్లన్నీ బోసిపోయాయి. దాంతో ఏనుగులూ, ఎలుగు బంట్లూ, జింకలూ, లేళ్ళూ, నెమళ్ళూ రోడ్డెక్కాయి.

పని దొరక్క వలస కూలీలు ఆకలితో అలమటించారు. కొందరు దాతలు వారికి బియ్యం, నూనె పప్పులతో పాటు కూరగాయలిచ్చారు. కొందరు అన్నదానం చేశారు. మాస్కులూ, శానిటైజర్లూ పంచారు. రోడ్డుమీద ఉమ్మినా, మాస్కు పెట్టుకోకపోయినా పోలీసులు జరిమానా విధించారు. కరోనా కేసులున్న ప్రాంతాన్ని రెడ్ జోన్ గా, లేని ప్రాంతాన్ని గ్రీన్ జోన్ గా విభజించారు. గ్రీన్ జోన్ లో లాక్ డౌన్ ఎత్తివేశారు. మందు అమ్మకాలు లేకపోవడంతో ప్రభుత్వ ఆదాయం తగ్గింది. దాంతో గ్రీన్ జోన్ లో వైన్ షాపులు తెరిచేందుకు అనుమతినిచ్చారు. మందు ధరలు 50 రూపాయల నుంచి 100 రూపాయల వరకూ పెరిగాయి. మందు బాబులు మైలు దూరం వరకూ వైన్ షాప్ ల వద్ద క్యూ కట్టారు. మందు సీసాలు పట్టుకుని కొందరు దేవదాసులు వైన్ షాపుల వద్ద డాన్స్ లు చేసారు. ఇంటికెళ్లే దాకా ఆగకుండా వైన్ షాపుల దగ్గరే మందు కొట్టారు.

"కూర ఇలా వండావేమిటి? రుచీపచీ లేకుండా" అని ఒకడు తన భార్యతో అన్నాడు.

వెంటనే ఆమె తన అన్నకు ఫోన్ చేసి విషయమంతా చెప్పింది. అతనొచ్చి తమ బావగారికి రుచీపచీ తెలియడం లేదని ఆస్పత్రిలో చేర్చారు. భార్య చేసిన కూరకు వంక పెట్టిన ఆ భర్త గారు పద్నాలుగు రోజులు క్వారంటైన్ లో ఉండాల్సి వచ్చింది.

ఒకతను పెదవులపై వేలు పెట్టుకుని మాస్క్ ఎందుకు పెట్టుకోలేదంటూ పనిమనిషికి సైగ చేసాడు. అతని ఐదేళ్ళ కూతురు అంతా చూసి –

"అమ్మా. నాన్న పనిమనిషిని ముద్దు ఇవ్వమని అడుగుతున్నాడే" అని చెప్పింది.

దాంతో ఆ ఇంట్లో రామ రావణ యుద్ధం జరిగింది.

ముఖ్యమంత్రి లత్కోర్ బూటకానంద స్వామి దగ్గరకి వెళ్ళాడు.

"స్వామీ. కరోనా రావడానికి గల కారణమేమిటి?" అని అడిగాడు.

అడగగానే బూటకానంద ఇలా చెప్పాడు.

ఒకానొక రోజు జంతువులన్నీ నల్లమల అడవిలో సమావేశమయ్యాయి. రోజురోజుకీ ప్రపంచంలో మాంసభక్షణ పెరిగిపోతున్నది. ఇలాగే కొనసాగితే భూమ్మీది జంతువులు లేకుండా పోతాయి. దీన్నిఅరికట్టడానికి ఏం చేస్తే బాగుంటుందని జంతువులు చర్చించాయి. చర్చించి త్రిమూర్తుల వద్దకెళ్ళి తమ సమస్య గురించి చెప్పాలని నిర్ణయించాయి.

ముందుగా జంతువులన్నీ వైకుంఠం వెళ్ళాయి. విష్ణుమూర్తి శేషతల్పంపై నిద్రిస్తున్నాడు. లక్ష్మీదేవి ఆయన కాళ్ళు వత్తుతున్నది. సముద్ర కెరటాలకు శేషతల్పం పైకీ, కిందకీ ఊగుతున్నది. చల్లగాలి వీస్తున్నది.

"రక్షించండి ప్రభూ" అంటూ జంతువులు మొత్తుకున్నాయి. విష్ణువు కళ్ళు తెరిచాడు.

"మీకొచ్చిన కష్టమేమిటి?" విష్ణువు అడిగాడు.

జంతువులన్నీ ఒక్కసారిగా తమ కష్టాలన్నీ చెబుతుంటే అంతా గందరగోళంగా మారింది. ఏ జంతువు ఏం చెబుతున్నదో విష్ణుమూర్తికి అర్థం కాలేదు.

"ఏ ఒక్క జంతువో మాట్లాడితే బాగుంటుంది" అని ఆయన అన్నాడు.

జంతువుల తరపున ఒక ఎద్దు ముందుకొచ్చింది.

"దేవా. భూలోకంలో రోజూ మమ్మల్ని కోసి చంపుతున్నారు. మసాలాలు వేసి మా మాంసంతో రకరకాల వంటలు వండుకుంటున్నారు. బిర్యానీ చేసుకుంటున్నారు. పక్షులను చంపి తింటున్నారు. చేపలనూ, రొయ్యలనూ కూడా వదలడం లేదు. చైనాలో చివరకు ఎలుకలనూ, పాములనూ, బొద్దింకలనూ కూడా తినేస్తున్నారు. జాతరల్లో మమ్మల్ని బలి ఇస్తున్నారు. ఇకముందు కూడా ఇలాగే

కొనసాగితే భూమ్మీద మేము లేకుండా పోతాం. కొత్త అవతారం ఎత్తైనా మమ్మల్ని మీరు రక్షించాలి" అని ఎద్దు అన్నది.

విష్ణుమూర్తి చిలకలా నవ్వాడు.

"భూలోకంలో ప్రతి ఊర్లో నా గుడి ఉంది. నా భక్తులున్నారు. రోజూ వాళ్ళు నాకు పూజలు చేస్తుంటారు. నైవేద్యాలు పెడుతుంటారు. ముడుపులు చెల్లిస్తారు. తలనీలాలు సమర్పిస్తారు. వెంకటేశ్వరుణ్ణి, రాముణ్ణి, నరసింహస్వామిని, సత్యనారాయుణ్ణి నేనే. వివిధ ప్రాంతాల్లో వివిధ రూపాలతో నేనున్నాను. ఏటా నాకు రథోత్సవాలు, బ్రహ్మోత్సవాలు జరుపుతారు. నా భక్తుల్లో ఎక్కువ మంది మాంసాహారులు. జంతు భక్షణ లేకుండా చేస్తే వారు చిన్నబుచ్చుకుంటారు. నాకు పూజలు చెయ్యడం మానేస్తారు. నా ఆలయాలకెవరూ రారు. నేను ఏం చెయ్యలేను." అని విష్ణుమూర్తి అన్నాడు.

జంతువులన్నీ కైలాసం వెళ్ళాయి. అప్పుడు శివుడు తాండవమాడుతున్నాడు. నంది ద్వారం వద్దే జంతువులను నిలిపేసాడు. శివతాండవమయ్యాక నంది జంతువులను లోపలికి పోనిచ్చాడు.

"మీకేం కావాలి? మీరెందుకొచ్చారు" అని శివుడు జంతువులని అడిగాడు.

జంతువుల తరపున ఒక మేక ముందుకొచ్చింది.

"శివా. భూలోకంలో ప్రతిదినమూ వేలాది సంఖ్యలో మనుషులు మమ్మల్ని చంపుతున్నారు. మా మాంసంతో రకరకాల వంటలు వండుకుంటున్నారు. శాఖాహారం మంచిదని తెలిసినా మాంసాహారాన్ని వారు వదలడం లేదు. మేకలనూ, కోళ్ళనూ. చేపలనూ వారు తినని రోజంటూ లేదు. పక్షులనూ చంపి తింటున్నారు. ఇలా అయితే భూమ్మీద జంతువులు లేకుండా పోతాయి. మీరే మమ్మల్ని కాపాడాలి."

"మీ బాధ నాకర్థమైంది. మాంసాహారుల్లో ఎందరో నా భక్తులున్నారు. వారు రోజూ నాకు పూజ చేస్తారు. అభిషేకం చేస్తారు. మారేడు దళాలతో పూజిస్తారు. భూలోకంలో విష్ణుమూర్తికి ఎన్ని ఆలయాలున్నాయో నాకూ అన్ని ఆలయాలున్నాయి. శైవ క్షేత్రాలున్నాయి. శివరాత్రి ఉపవాసముంటారు. రాత్రి జాగరణ చేస్తారు. ఆ కారణంగా నా భక్తులని మాంసాహారానికి దూరం చెయ్యలేను" అని శివుడన్నాడు.

"మేము కూడా నిన్ను పూజిస్తున్నామే. నీ వాహనం ఎద్దు. నెమలి కుమార

స్వామి వాహనం. ఎలక గణపతి వాహనం. పాము నీ మెడలో హారంగా ఉంది. పెద్దపులి ఆదిపరాశక్తి వాహనం. జంతువులే దేవతల వాహనాలు. ఎలాగైనా మీరే మమ్మల్నిఆదుకోండి. భక్త సులభుడనే పేరు నిలుపుకోండి " అని ఎద్దు అన్నది.

"ఆయుష్షు తీరితే ఎవరైనా చావక తప్పదు. ఆయుష్షు మూడి మీరు చస్తుంటే నన్నేం చెయ్యమంటారు?" అని శంకరుడన్నాడు.

కైలాసం నుంచి జంతువులన్నీ బ్రహ్మ దగ్గరికి వెళ్ళాయి.

విష్ణుమూర్తికీ శివుడికీ చెప్పినట్టే ఆయనకూ చెప్పాయి. తమని రక్షించమని వేడుకున్నాయి.

"మిమ్మల్ని పుట్టించినట్టే మనుషుల్నీ నేను పుట్టించాను. నుదుటి రాత రాసాను. మీ తలరాతని మార్చలేను. నేనేమిటి? ఎవరూ మార్చలేరు. నేను మిమ్మల్ని కాపాడలేను" అని బ్రహ్మ అన్నాడు.

ఆకరి ప్రయత్నంగా జంతువులన్నీ ఆదిపరాశక్తి వద్దకు వెళ్ళాయి. తమకొచ్చిన కష్టాలు ఆమెకు చెప్పాయి. వాటి మాటల్ని విని ఆమె చలించిపోయింది.

"మీరేం విచారించకండి. భూలోకంలో ఎవరూ మీ జోలికి రాకుండా చూస్తాను. మీరు అకాల మరణం చెందినట్టే మానవులు అకాల మరణం చెందేటట్టు చేస్తాను. నిర్భయంగా వెళ్ళండి. నిశ్చింతగా ఉండండి" అని ఆదిపరాశక్తి అన్నది.

జంతువులన్నీ సంతోషించాయి. ఆమెకి మొక్కి వెళ్ళిపోయాయి. జంతువులకిచ్చిన వాగ్ధానాన్ని ఆదిపరాశక్తి నిలబెట్టుకుంది. ఎలుకలూ, పాములూ, బొద్దింకలతో పాటూ సకల జీవులనూ తినే చైనాలో కరోనా వైరస్ సృష్టించింది. మొదట చైనాలోని వూహాన్ లో పాజిటివ్ కేసులు బయిటపడ్డాయి. క్రమంగా కరోనా వైరస్ ప్రపంచ దేశాలకి పాకింది.

దిక్కుమాలిన రాష్ట్రంలో ఆలయాలన్నీ మూత పడ్డాయి. మొదటిసారిగా వెంకటేశ్వరుని ఆలయం మూత పడింది. దేవుళ్ళకు పూజలు లేకుండా పోయాయి. దాంతో శివుడూ, విష్ణువూ ఆందోళన చెందారు. దివ్యదృష్టితో చూసారు. విషయమంతా తెలిసింది. మాంసభక్షణ నిలిపేందుకు ఆది పరాశక్తి కరోనా వైరస్ సృష్టించినట్టు వారు గ్రహించారు. ఆదిపరాశక్తి వద్దకు వెళ్ళారు.

అయిగిరి నందిని నందిత మేదిని అంటూ స్తుతించారు.

"ఏమిటిలా వచ్చారు?" అని ఆదిపరాశక్తి వారినడిగింది.

"అమ్మా. భూలోకంలో ఆలయాలన్నీ మూత పడ్డాయి. మమ్మల్ని ఎవరూ పూజించడం లేదు. ఇదంతా కరోనా మూలంగా జరిగింది. " అని వారు చెప్పారు.

"జంతువధనాపడానికే కరోనా వైరస్ సృష్టించాను" అని ఆదిపరాశక్తి అన్నది. "అయితే మాకిక పూజలు లేనట్టేనా?"

"ఓపిక పట్టండి. కరోనా వైరస్ నివారణకు వ్యాక్సిన్ తయారయ్యాక మామూలు పరిస్థితి ఏర్పడుతుంది. ఆలయాలు తెరుస్తారు, మీకు పూజలు చేస్తారు. అంతవరకూ ఇంతే." అని ఆదిపరాశక్తి అన్నది.

"కరోనా వైరస్ కాదు, అది విష్ణుమూర్తి అవతారం. ఎవరైతే మాంసాన్ని తింటున్నారో వారిని శిక్షించడానికి విష్ణుమూర్తి దీన్ని భూలోకం పంపాడు. ముఖ్యంగా చైనీయులకు గుణపాఠం చెప్పదలిచాడు. చైనీయులంతా శాఖాహారులుగా మారాలి. కరోనా వైరస్ వ్యాప్తి ఆగిపోవాలంటే దేవుడు శాంతించాలి. చైనా అధ్యక్షుడు జిన్ పింగ్ ముందుగా కరోనా దేవి విగ్రహాన్ని నెలకొల్పి క్షమాపణ కోరాలి. ఇప్పటి నుంచి మాంసం తినబోమని చైనీయులందరూ ఆ విగ్రహం ముందు ప్రమాణం చెయ్యాలి. చెంపలేసుకోవాలి. ముక్కు నేలకు రాయాలి. కరోనా దేవికి సాష్టాంగ ప్రణామం చెయ్యాలి. అలా చేస్తే కరోనా వైరస్ పోతుంది" అని అఖిల భారత హిందూ మహాసభల అధ్యక్షుడు స్వామి చక్రపాణి సెలవిచ్చారు.

బూటకానంద స్వామి సలహా మేరకు మహామంత్రి లత్కోర్ కరోనా వినాశన యాగం చేసాడు.

20

ఆరోజు చీకటిపల్లె ఊరి నడుమ జనం గుమిగూడారు. ఆ ఊరు నడుమ పెద్ద మర్రి చెట్టుంది. దానికింద పెద్ద బల్ల పీట వేశారు. దానిమీద హరికథ, క్షమించాలి. ముందు కథ చెప్పడానికి హరిదాసు, మళ్ళీ క్షమించాలి. ముందు దాసు నిలబడి ఉన్నాడు. అతని మెడలో పూలదండ ఉంది. ఓ చేతిలో చిరతలు ఉన్నాయి. అతనికో పక్క హార్మోనిస్టు, మరోపక్క మృదంగ విద్వాంసుడున్నాడు.

వినాయకా నను వినా బ్రోచుటకు వేరెవరురా అనే ప్రార్థనతో అతను మందు కథ మొదలు పెట్టాడు.

"పూర్వం ముల్లోకాల్లో మానసికాందోళనలు పెరిగిపోయాయి. ఏం చేస్తే అవి పోతాయో తెలియక దేవతలు అల్లల్లాడిపోయారు.

చివరికి నారదుడి సలహా మేరకు మందరగిరిని కవ్వంగా, వాసుకిని తాడుగా చేసుకుని దానవుల సహాయంతో పాల సముద్రాన్ని చిలికారు. అమృతంతో పాటూ పాల సముద్రం నుండి సుర పుట్టింది. సురను తాగడం వల్ల దేవతలు సురులయ్యారు. ఈ కాలంలో కూడా రకరకాల పేర్లతో సుర దొరుకుతున్నది.

ఇందుగలదందులేదని
సందేహము వలదు మందు
ఎందెందు వెతకి చూసిన అందందే కలదు
మందు మందు భాగ్యుడు కంటే

చెప్పిన కథే చెప్పకుండా ఊరూరా పదిరోజుల నుంచీ మందు కథ చెబుతున్నాను. గొంతు పట్టేసింది. గాత్ర సౌలభ్యం కోసం పెగ్గు.......

మందుదాసు అలా అనగానే ఓ మందు భక్తుడు అతనికి పెగ్గు విస్కీ ఇచ్చాడు. ఒక్క గుక్కలో దాన్ని తాగి –

పట్టపగలే వెన్నెల వాన కురిపించేది మందు
కష్టాల్ని మరిపించి మురిపించే ముద్దుగుమ్మ మందు
హద్దుల్ని చెరిపి ఆనందాబ్ధిలో మునకలేయించేది మందు
కన్నుగీటి పిలిచే మల్లెపూల సందు దిల్ పసందు మందు"
అని రాగయుక్తంగా మందుదాసు పద్యం పాడాడు.

ఒక తాగుబోతు మందుకొట్టి గుడిముందు నుంచి వెళుతున్నాడు. అతనికి గుడి పూజారి కనిపించాడు.

"ఈ ప్రపంచంలో అన్నిటికన్నా గొప్పదేది?" అని తాగుబోతు పూజారినడిగాడు.
"గుడి గొప్పది" పూజారి చెప్పాడు.
"గుడి గొప్పదైతే భూమి మీద ఎందుకుంది?"
"భూమే గొప్పది"
"భూమి గొప్పదైతే ఆదిశేషుడెలా మోస్తున్నాడు?"
"ఆదిశేషుడే గొప్పవాడు"
"ఆదిశేషుడే గొప్పవాడైతే శివుడు మెళ్ళో ఎందుకేసుకున్నాడు?"

"శివుడే గొప్పవాడు"

"శివుడే గొప్పవాడైతే కైలాసంలో ఎలా ఉంటాడు?"

"నువ్వే చెప్పు. అందరికన్నా గోప్పవాడెవడో" అని విసిగిపోయిన పూజారి తాగుబోతునడిగాడు.

"ఫుల్ బాటిల్ మందుకొట్టి రెండు కాళ్ళపై ఎవడు నిలబడతాడో వాడే అందరికన్నా గొప్పవాడు" అని తాగుబోతు చెప్పాడు.

మందుదాసు చిరతలు వాయిస్తూ చిందులేస్తూ-
ఉందిలే మందుసీసా సందుసందునా
అందరూ మందెయ్యాలి నందనందనా
కొందరి కోసం అందరు తాగి
అందరి కోసం కొందరు ఊగి
బీదా ధనికా తేడాలేక అందరూ
మందుకొట్టి ఊగుచునుందురూ
అంటూ మందు కీర్తన ఆలపించాడు.

మందుకొట్టిన వాడు తనను తాను మరచిపోతాడు. తన ఇల్లూ గట్రా మరచిపోతాడు. ఎలా అంటారా? ఇలా.

ఇస్తారి, సత్నారి ప్రాణ స్నేహితులు. వారిద్దరిదీ ఒకే ఊరు. అంతే కాదు. వారు ఒకే వీధిలో ఉండేవారు. ఒక బళ్ళోనే చదువుకున్నారు. ఒకే ఆఫీసులో పని చేస్తున్నారు. చెల్లెలు పెళ్ళి ఉండటంతో ఇస్తారి భార్య పుట్టింటికి వెళ్ళింది.

ఆ రాత్రి మందుపార్టీకి ఇస్తారి సత్నారిని పిలిచాడు. వస్తూ వస్తూ వేయించిన జీడిపప్పు, చికెన్ ఫ్రై, మిర్చి బజ్జీలు, బిర్యాని పొట్లాలు తీసుకుని సత్నారి ఇస్తారి ఇంటికెళ్ళాడు. ఇద్దరూ మందు కొడుతూ కూర్చున్నారు. మధ్యమధ్యలో జీడిపప్పు, మిర్చిబజ్జీలు, మిక్చర్ తినసాగారు. మందుకొడుతూ వాళ్ళు మాటల్లో పడ్డారు. ఆ మాటా ఈ మాటా అయ్యాక వారి దృష్టి సినిమాల మీద పడింది.

"హీరోయినంటే కరీనా కపూరే హీరోయిన్" అని సత్నారి అన్నాడు.

"హీరోయినంటే దీపికా పడుకొనేనే హీరోయిన్" అని ఇస్తారి అన్నాడు.

"త్రీ ఇడియట్స్ సిన్మ జూసినవా?"

"చెన్నై ఎక్స్ ప్రెస్ సిన్మ జూసినవా? గా దాంట్ల దీపికా యాక్షన్ జూసినవా"

"హీరోయిన్ అంటె కరీనానే అంటె దీపిక అంటవేంటి?"

"ఊరోనివి నీకేమెర్క?"

"ఉచ్చుల శాపలు బట్టెటోనివి నీకేమెర్క?"

"యూ గెటౌట్"

"యూ గెటౌట్"

నిషా తలకెక్కడంతో అది తన ఇల్లే అన్న సంగతి యాదిమర్సి సత్నారి తన ఇంటి నుంచి బయిటకి వెళ్ళిపోయాడు.

మందు మహత్యం అనే మందుకథ చెబుతూ మందుదాసు మరో పిట్ట కథ చెప్పాడు.

అమ్మోనగరంలో అప్పారావు అనే యువకుడు మందుకొట్టి బైక్ మీద వస్తూ రెండు సార్లు డ్రంక్ అండ్ డ్రైవ్ కేసులో పట్టుబడ్డాడు. మొదటసారి పోలీసులు మందలించి వదిలేసారు. రెండోసారి ఫైన్ వేసారు.

అతనికి ఈ మధ్యనే పెళ్ళైంది. పెళ్ళి అయినప్పటి నుంచి మందుపార్టీ ఇవ్వవలసిందిగా స్నేహితులు ఒక్కతీరుగ అతన్ని బలవంతం చేసారు. రోజూ ఏదో కథ చెప్పి అతను తప్పించుకునేవాడు. కానీ ఆరోజు అతని పప్పులుడకలేదు.

ఒక బార్లో అతను స్నేహితులకు మందుపార్టీ ఇచ్చాడు. అర్ధరాత్రి అయ్యింది. బార్ మూసేయడంతో వాళ్ళు లేవక తప్పలేదు. బైక్ మీద బయలుదేరిన అప్పారావు డ్రంక్ అండ్ డ్రైవ్ కేసులో పట్టుబడ్డాడు. ఈసారి పోలీసులు అతన్ని లాకప్ లో ఉంచారు.

అర్ధరాత్రి అయినా భర్త ఇంటికి రాకపోవడంతో అతని భార్య ఆందోళన చెందింది. పరిపరి ఆలోచనల్లో మునిగిపోయింది. తన భర్తకు యాక్సిడెంట్ కానీ జరిగిందా. లేదా ఎవరైనా కిడ్నాప్ చేసి ఉంటారా అని ఆమె అనుకున్నది. అలాంటి ఆలోచనలు రాగానే ఆమె వణికిపోయింది. ఉవ్వెత్తున లేచిన కెరటాల మధ్య చిక్కిన పడవలా ఊగిపోయింది.

ఆమె భర్త ఫొటో తీసుకుంది. పక్కింటి వాళ్ళ అబ్బాయిని వెంటబెట్టుకుని దగ్గర్లో ఉన్న పోలీస్ స్టేషన్ కి వెళ్ళింది. సాయంత్రం నుంచి తన భర్త కనిపించడం లేదని ఎస్.ఐ కి ఫిర్యాదు చేసింది. భర్త ఫొటో కూడా ఇచ్చింది.

ఎస్.ఐ ఆ ఫొటోను నిశితంగా పరిశీలించాడు. లాకప్ లో ఉన్న యువకుణ్ణి చూపించి –

"ఇతనేనా నీ భర్త?" అని అడిగాడు.

అర్థరాత్రి పోలీస్ స్టేషన్‌కి వచ్చిన భార్యని చూసి అప్పారావు వెలవెలబోయాడు. మొహం ఎక్కడ దాచుకోవాలో తెలియక తికమకపడ్డాడు.

బ్రాంది తాగిన వాడు బ్రహ్మ లోకమునకేగు
విస్కి కొట్టినవాడు విష్ణుచెంత చేరు
ఏమి తాగని వాడు ఎడ్డినాకొడుకురా
మందు భాగ్యశీల మరి మాటలేల

అంటూ రాగయుక్తంగా మందుదాసు పద్యం పాడాడు. మందుకథ తర్వాత భక్తులకు తీర్థం కింద మందుపోసారు.

మధ్యప్రదేశ్ నుంచి సాధ్వి నిషాదేవిని దిక్కుమాలిన రాష్ట్రానికి రప్పించారు. మందు ప్రవచనాల్లో ఆమె మందుకొట్టిన చేయి.

అమ్మోనగరంలోని విశ్వభారతిలో నిషాదేవి మందు ప్రవచనాల్ని ఏర్పాటు చేసారు.

"మందు తాగితే వానలో తడిసిన వాడు గరం గరం ఛాయ్ తాగినట్టుంటుంది.
చలికాలం రగ్గు కప్పుకుని పడుకున్నట్టుంటుంది
ఎండాకాలం చెట్టునీడలో నిలబడినట్టుంటుంది

మందు ఆత్మవిశ్వాసాన్ని పెంచుతుంది. ఎలా అంటారా. ఎవరికైనా డాన్సు చెయ్యాలని ఉంటే ఎవరైనా ఏమనుకుంటారో అని వెనకాడతాడు. అలాంటి వాడికి రెండు పెగ్గుల విస్కీ తాగించండి. డాన్సు మాట అటుంచి శివతాండవం చేస్తాడు. వాడి ముందు మైఖేల్ జాక్సన్ కూడా తీసికట్టే.

మందు నవ్విస్తుంది. కవ్విస్తుంది

ఉన్నదంతా ఊడ్పించి జీవిత పరమార్థాన్ని బోధిస్తుంది.

మందు మిమ్మల్ని ఉదారుల్ని చేస్తుంది. జేబులో ఉన్నదంతా దానం చేస్తారు. కుతుబ్ మినార్ కొనేస్తానని గప్పాలు కొడతారు. మందు కొట్టినోడు అబద్ధం చెప్పడు.

అంతా నిజమే చెప్తాడు" అని నిషాదేవి ప్రకటించింది.

"రాష్ట్రంలో మందు కథలు, మందు ప్రవచనాలు ఎందుకు చెబుతున్నారు?" అని ఒకడు, పక్కనున్న వాడ్ని అడిగాడు.

"కోవిడ్ వల్ల లాక్ డౌన్ పెట్టారు. దాంతో ఎక్సైజ్ ఆదాయం తగ్గింది" అని పక్కనున్నవాడు చెప్పాడు.

"తగ్గితే ఏమవుతుంది?"
"ప్రభుత్వం మునుగుతుంది"
"అదెలా?"

"ప్రభుత్వం ఎవరితో నడుస్తున్నది? మహామంత్రితోనా? మంత్రులతోనా, ఎమ్మెల్యేలతోనా. అధికారులతోనా. వీరెవ్వరితో నడవడం లేదు"

"మరి ఎవరితో నడుస్తున్నది?"
"మందుతో నడుస్తున్నది"
మహామంత్రి లత్కోర్ విలేఖరుల సమావేశాన్ని ఏర్పాటు చేసాడు.

"మందు కొట్టే వారు త్యాగధనులు. వారు ఆరోగ్యాన్ని లెక్క చెయ్యకుండా మందు కొడుతున్నారు. ప్రభుత్వానికి ఆదాయం సమకూరుస్తున్నారు. మందు బాబులను చులకన చెయ్యకూడదు. వాళ్లను గౌరవించాలి. వారికి సన్మానం చెయ్యాలి. మందుశ్రీ, మందుభూషణ, మందురత్న వంటి బిరుదులను మందుబాబులకిస్తాం. తల్లులందరూ శిశువులకు ఉగ్గు పాలకు బదులు ఉగ్గు మందు పట్టాలి.

మందును సుర అని అంటారు. సుర తాగేవారే సురులు. సురులుండేదే స్వర్గం. మన రాష్ట్రాన్ని స్వర్గంగా మార్చడానికే నా శాయశక్తులా ప్రయత్నిస్తున్నాను" అని మహామంత్రి అన్నాడు.

21

అది పెద్ద చెరువు.
ఆ చెరువు అమ్మోనగరం నడిబొడ్డులో ఉంది.
దానిలో తామరపువ్వులూ లేవు.
కలువ పువ్వులూ లేవు.

ఫ్యాక్టరీలు వదిలిన నీళ్ళు ఆ చెరువులోనే కలుస్తాయి.
డ్రైనేజీ నీళ్ళు దానిలోకే వస్తాయి.

తలుపు చాటున నిలుచున్న అమ్మాయిలా అవి గుర్రపుడెక్క చాటునుంటాయి.

దాన్ని పీకి పారేసిన తర్వాతే అవి కనిపిస్తాయి. అప్పుడప్పుడూ ఆ చెరువు నుంచి అదోరకం వాసన వస్తూ ఉంటుంది.

అది ముక్కుపుటాలను బద్దలు చేస్తుంది.
అది ముల్లోకాల్ని చూపిస్తుంది.
అది కడుపును కలయ తిప్పేస్తుంది.
అది అమాంతం నడక వేగాన్ని పెంచేస్తుంది.

ఆ చెరువులో దోమలు తండోపతండాలుగా ఉన్నాయి. వాటిలో డెంగ్యూ దోమలున్నాయి. మలేరియా దోమలున్నాయి. ఫైలేరియా దోమలున్నాయి. దొడ్డు దోమలున్నాయి. బక్క దోమలున్నాయి. పిల్ల దోమలున్నాయి. పెద్ద దోమలున్నాయి. పోకిరీ దోమలున్నాయి. పోరంబోకు దోమలున్నాయి. గయ్యాళి దోమలున్నాయి. ఒక్కమాటలో చెప్పాలంటే మనుషుల్లో రకరకాల మనుషులున్నట్లే ఆ దోమల్లో రకరకాల దోమలున్నాయి.

రాత్రి కాగానే ఇవన్నీ సంచారానికి బయల్దేరతాయి. తమ రక్తదాహాన్ని తీర్చుకుంటాయి.

ఒక శుభరాత్రి ఓ దొడ్డు దోమ మహామంత్రి లత్కోర్‌ను కుట్టింది. అదేమి చిత్రమో కాని దానికి మహామంత్రి లక్షణాలొచ్చాయి. అది అచ్చం లత్కోర్‌లాగే ప్రవర్తిస్తోంది. కొన్ని దోమలు మంత్రులను కుట్టాయి. వాటికి మంత్రుల లక్షణాలొచ్చాయి. మరికొన్ని దోమలు ఎంచక్కా ఎమ్మెల్యేలను కుట్టాయి. అవి వారిలాగే ప్రవర్తించాయి.

పోలీసులను కుట్టిన దోమలకు పోలీసుల లక్షణాలూ, డాక్టర్లను కుట్టిన దోమలకు డాక్టర్ల లక్షణాలూ, జెనాలను కుట్టిన దోమలకు జెనాల లక్షణాలూ వచ్చాయి.

కన్నెదోమలూ, కుర్రదోమలూ చెట్టాపట్టాలేసుకుని తిరగడం పాతకాలపు దోమలకు నచ్చలేదు.

అవి బుగ్గలు నొక్కుకుంటూ -

"మన కాలపు దోమలు ఇలా ఉండేవా?"

"అప్పుడంటే మనం పెద్దల అదుపాజ్ఞలలో ఉండేవాళ్ళం"

"ఈ కాలపు దోమలు బరితెగించి తిరుగుతున్నాయొదినా"

"ఆ ఇకఇకలూ పకపకలూ"

"పిదపకాలం పిదప బుద్ధులూ"

"పిల్లలకు బుద్ధి లేకున్నాతల్లితండ్రులకుండొద్దా?"

"ఇవాళ్రేపు పెద్దవాళ్ళ మాట ఎవరు వింటున్నారని"

"నువ్వన్నదీ నిజమేననుకో"

"పిల్లల్ని కట్టడిలో పెట్టడానికి మన లత్కోర్ దోమ ఏదైనా చట్టం చేస్తే బాగుండేది"

"చట్టమా. చుట్టుబండలా"

"అలా అంటావేమిటొదినా?"

"మరెలా అనమంటావు. అలాంటి చట్టం చేస్తే దోమ యువత ఊరుకుంటుందా?"

"ఊరుకోదు. అస్సల్ ఊరుకోదు"

"నిరాహార దీక్షలు చేస్తుంది. ధర్నాలకు దిగుతుంది. ప్రతిపక్షాలు మద్దతునిస్తాయి. నానా గందరగోళం చేస్తాయి"

"మస్కిటో కాయిల్ తో తల గోక్కోడానికి మన మహామంత్రి సిద్ధపడతాడా?"

"ఎందుకు పడతాడు? ప్రాణం ఇవ్వడానికైనా సిద్ధపడతాడేమో గాని పదవి వదులుకోవడానికి సిద్ధపడడు"

"కండపుష్టిగల వారుండే ఇళ్ళను కనిపెడతాం. ఇలాంటి ఇళ్ళలో ఒక్కో ఇంటిని ఒక్కో దోమ కుటుంబానికి ఇస్తామని మన మహామంత్రి చెప్పాడా లేదా?"

"చెప్పాడు"

"చెప్పాడు కానీ ఇచ్చాడా?"

"ఇవ్వలేదు"

"ఇవ్వకుండా బద్నాం అయ్యాడు"

"అలాంటి వాడు దోమ యువతతో ఎందుకు పెట్టుకుంటాడొదినా?"

"అడగడం మరిచాను. మీ వాడికి పెళ్ళి సంబంధాలు చూస్తున్నారా?"

"చూస్తున్నాం. కానీ ఏ ఒక్కటీ కుదరడం లేదు"

"మీవాడు మంచి ఉద్యోగం చేస్తున్నాడు. బాగా సంపాదిస్తున్నాడు"

"ఏం చేస్తే ఏం లాభం? ఈ కాలపు అమ్మాయిల గొంతెమ్మ కోర్కెలు తీర్చలేం. పెద్ద బంగళా, కారూ, నౌకర్లూ, చాకర్లూ ఉండాలట. ఇంట్లో పాత సామానులేవీ ఉండకూడదట"

"కొత్తవి వస్తుంటే పాతవి ఎవరికి కావాలొదినా"

"పాత సామానులంటే సామానులు కాదు. అత్తామామలట"

"ఏం చోద్యం. కలికాలం. ఇవాళ పనిమనిషి రాలేదు. ఇల్లూడ్చుకోవాలి. వొస్తానొదినా"

కొన్ని దోమలు ప్రవచనకారుల్ని కుట్టాయి. వాటికి వారి లక్షణాలొచ్చాయి. దాంతో అవి ప్రవచనాలు మొదలుపెట్టాయి. ఒక దోమ తిండిపోతు ప్రవచనకారుడ్ని కుట్టింది. అది చెరువులోని గుర్రపుడెక్క మీద కూర్చుని ప్రవచనాలు మొదలు పెట్టింది.

రామాయ రామభద్రాయ
రామచంద్రాయ వేదసే
రఘునాథాయ నాథాయ
సీతాయా పతయే నమః

జన్మలలో దోమ జన్మ ఉత్తమమైనది. ఉత్కృష్టమైనది. పెట్టిపుట్టిన వారికే దోమజన్మ లభిస్తుంది. కేవలం దోమలకే పుట్టుకతోనే సంగీతజ్ఞానం అబ్బుతుంది. సంగీతము వినా సన్మార్గము కలదే మనసా సంగీత సాధన ద్వారానే సర్వేశ్వరున్ని చూసే భాగ్యం కలుగుతుంది. మోక్షం సంప్రాప్తిస్తుంది. మన వాగ్గేయకారులు ఎన్నో కీర్తనలు రాసారు. వాటిని మనం ఆలపించాలి.

శనగపిండి బియ్యం పిండి కలపండి. దానిలో సరిపడా ఉప్పూకారం వెయ్యండి. నీళ్ళుపోసి చపాతీ పిండిలా కలిపి మురుకుల గొట్టంతో కాగిన నూనెలో వేసి

వేయించండి. మురుకులు తయారైతాయి.

శనగపిండి బియ్యం పిండి కలిపి సరిపడా ఉప్పూకారం వెయ్యాలి. వామూ, వెన్నా వేసి తగినన్ని నీళ్ళు పోస్తూ ముద్దలా కలుపుకోవాలి. దాన్ని జంతికల గొట్టం ద్వారా కాగిన నూనెలో వేసి వేయిస్తే జంతికలవుతాయి.

శనగపిండికి సరిపడా నీళ్ళు కలిపి ముద్దగా చేసుకోవాలి. దాన్ని చిల్లుల గిన్నె ద్వారా నూనెలో వేసి గోలిస్తే బూందీ అవుతుంది. దానికి నూనెలో వేయించిన పల్లీలూ, కరివేపాకూ కలిపి తగినంత ఉప్పూకారం వేస్తే బూందీ తయారవుతుంది.

శనగపిండితో చేసిన బూందీని చక్కెర పాకంలో కలిపి జీడిపప్పూ, యాలకులూ, కిస్ మిసూ వేసి ఉండలుగా చేస్తే బూందీలడ్డూ అవుతుంది.

పచ్చి మిరప కాయల్ని తీసుకుని గింజలు తీయాలి. వాటిలో కాస్త చింతపండు గుజ్జూ, వామూ పెట్టాలి. వాటిని శనగపిండిలో ముంచి కాగిన నూనెలో వేయిస్తే మిరపకాయల బజ్జీలు రెడీ.

ఆలు గడ్డలను చక్రాల్లా తరగాలి. వాటిని శనగపిండిలో ముంచి తీసి కాగిన నూనెలో వేసి గోలిస్తే ఆలూ బజ్జీలు రెడీ.

శనగపిండికి మైదాపిండి వేసి కలపాలి. దానిలో నెయ్యీ, అల్లం వెల్లుల్లి పేస్టూ వెయ్యాలి. సరిపడా కారమూ, ఉప్పూ కలుపుకోవాలి. నీళ్ళు పోస్తూ పూరీపిండిలా కలుపుకోవాలి. దాన్ని చపాతీలా వత్తాలి. ఒక గ్లాసుతో దాన్ని గుండ్రటి ముక్కలుగా కట్ చేసుకొని వాటిని నూనెలో వేయిస్తే చెక్కలు తయారైతాయి.

శనగపిండికి బియ్యం పిండి కలపాలి. పచ్చిమిర్చీ, అల్లమూ, ఉల్లిపాయా, జీలకర్రా తగినంత ఉప్పూ వెయ్యాలి. నీళ్ళు పోసి అట్లపిండిలా కలుపుకోవాలి. దాన్ని పెనం మీద వేసి కాలిస్తే అట్లు సిద్ధమవుతాయి.

శనగపిండిని తీసుకుని ఉండలు లేకుండా జల్లించి పెట్టుకోవాలి. ఒక మూకుడులో నూనె తీసుకుని వేడి చెయ్యాలి. మరో మూకుడులో చక్కెర పాకం పట్టాలి. ఆ పాకంలో శనగపిండి వేసి గరిటెతో తిప్పాలి. మధ్యమధ్యలో వేడి నూనె పోయాలి. గట్టిపడే స్థితికి వచ్చినప్పుడు దాన్ని ఒక ప్లేటులో వేసి చల్ల బరిచి కత్తితో ముక్కలుగా కట్ చేస్తే మైసూర్ పాక్ రెడీ.

శగనపిండిని జల్లించాలి. జీడిపప్పూ, నెయ్యీ వేసి వేయించాలి. ఒక బాండిలో

పంచదార పాకం పట్టాలి. దానిలో ఇలాచీ పొడి వెయ్యాలి. వేయించిన శనగపిండిలో పంచదార పాకంలో వేసి గరిటెతో తిప్పితే హల్వా తయారవుతుంది.

శనగపిండితో పెరుగు కలిపి ఐదారు గంటలు నానబెట్టాలి. అందులో పచ్చిమిర్చి ముక్కలూ, అల్లం తరుగూ, చెంచాడు పంచదార, తగినంత ఉప్పూ, బేకింగ్ సోడా కలిపి బాగా కలియబెట్టాలి. ఒక మూకుడులో నీళ్ళు పోసి స్టౌ మీద పెట్టాలి. ఒక పళ్ళెంలో పెరుగుతో కలిపిన శనగపిండిని వేసి నీళ్ళు పోసిన మూకుడులో ఆ పళ్ళెం ఉంచాలి. ఐదారు నిముషాలయ్యాక తాలింపు వేస్తే డోక్లా సిద్ధమవుతుంది.

ఇలా శనగపిండితో రకరకాల పిండివంటలు చెయ్యవచ్చు. పిండి వంటలెన్నైనా మూలము శనగపిండి మాత్రమే.

మనం కృష్ణున్ని ఆరాధిస్తాం. రాముణ్ణి పూజిస్తాం. సుబ్రహ్మణ్యస్వామిని కొలుస్తాం. శివునికి

అభిషేకం చేస్తాం. స్వామియే శరణం అయ్యప్ప శరణం అంటాం. నరసింహస్వామిని కొలుస్తాం. వెంకటేశ్వరునికి ముడుపులు చెల్లిస్తాం. బుద్ధం శరణం గచ్ఛామి అంటాం.

ఏకంసత్ విప్రా బహుదా వదంతి

శనగపిండి వంటకాల్లాగే దేవుడ్ని రకరకాల పేర్లతో పిలుస్తాం. అలా పిలిచినప్పటికీ శనగపిండిలాగ దేవుడొక్కడే.

ఈ సత్యాన్ని గ్రహించిన వాడే జ్ఞాని.

మనపాలిట మహామంత్రి లత్కోర్ దోమనే సాక్షాత్తూ విష్ణుమూర్తి. కలియుగ దైవం.

ఆయనకు సుప్రభాతం అంటే గుడ్ మార్నింగ్.

వేంకటేశ్వరునికి గుడ్ మార్నింగ్ చెప్పడానికి 330 మిలియన్ల దేవతలొచ్చారు. ఎలా వచ్చారంటే మొదట పుష్కరిణిలో వారు స్నానం చేశారు. తడి బట్టలతోనే స్వామి దర్శనం కోసం క్యూలో నుంచున్నారు. వారిలో ఇంద్రుడూ, చంద్రుడూ, వరుణుడూ, అగ్ని వంటి దేవతలున్నారు. అగ్ని గట్టిగా మంత్రాలు చదువుతుంటే మిగతావాళ్ళూ చదువుతున్నారు. మెల్లగా చదవమని ద్వారపాలకులైన

జయవిజయులు వారిని హెచ్చరించారు. దేవతల రాజుననే అహంకారంతో ఇంద్రుడు అందర్నీ తోసుకుని ముందుకెళితే, ఇవాళ నీకు అపాయింట్మెంట్ లేదు. రేపురా అని వారన్నారు.

"వరవేత్రహతోత్త మాంగాహ". అంటే మాట వినని వారిని వెండిబెత్తంతో ఒకటేసారు.

మన మహామంత్రి దోమను చూడ్డానికి రోజూ ఎన్నో దోమలు వస్తుంటాయి. అపాయింట్మెంట్ ఉన్న వాటితోనే ఆయన మాట్లాడతాడు. తక్కిన వాటిని జయవిజయుల్లాంటి గార్డు దోమలు వెళ్ళిపొమ్మంటాయి. మాట వినకపోతే ఒక్కటేస్తాయి.

ఈ రోజుల్లో నాస్తికవాదం ప్రబలిపోతున్నది. కొన్ని దోమలు ఆ వాదాన్ని బలపరుస్తున్నాయి. కలియుగదైవం లాంటి మన మహామంత్రిని ఆడిపోసుకుంటున్నాయి. ఆయనపై అభాండాలు వేస్తున్నాయి.

ధర్మో రక్షతి రక్షితః. ధర్మాన్ని మనం రక్షిస్తే ధర్మం మనని రక్షిస్తుంది.

స్వస్తి

కొన్ని పిల్ల దోమలు కరోనా కాలంలో చదువుకున్న పిల్లల్ని కుట్టాయి. వాటికి ఆ పిల్లల లక్షణాలొచ్చాయి.

"కరోనా అంటే ఏమిటి?" అనే ప్రశ్నకు ఓ పిల్ల దోమ ఇలా జవాబు చెప్పింది.

"కరోనా హెూలీ తర్వాత వచ్చే పండుగ.
దీన్ని ప్రపంచంలో అందరూ జరుపుకొంటారు.
ఈ పండుగ సమయంలో మార్కెట్ మూసేస్తారు.
రవాణాను పూర్తిగా ఆపేస్తారు
అందరూ ఇళ్ళలోనే ఉంటారు
రకరకాల వంటలు చేసుకుని తింటారు
మగవాళ్ళు వండితే ఆడవాళ్ళు మజా చేస్తారు
చుట్టాలనూ, బంధువులనూ, ఆకరికి స్నేహితులనూ ఇంటికి రానివ్వరు.
స్కూళ్ళకు బోలెడు సెలవులిస్తారు
పరీక్షలు లేకుండా అందర్నీ పాస్ చేస్తారు
కరోనా పండుగను అన్ని మతాల వారూ జరుపుకుంటారు

ఇది అంతర్జాతీయ పండుగ
పోయినట్టే పోయి మళ్ళీ మళ్ళీ వచ్చే పండుగ
ఈ పండుగ సమయంలో అందరూ మాస్క్ పెట్టుకుంటారు.
స్కూళ్ళకు కూడా సెలవులిస్తారు
ఎన్నో రోజులు జరుపుకునే పండుగ ఇదొక్కటే
మాటిమాటికీ చేతులు కడుక్కోవడం
మనిషి మనిషికి దూరముండటం ఈ పండుగ ఆచారం"

"ఐదో ఎక్కం అప్పజెప్పు" అని ఇంకో పిల్లదోమతోని అంటే అది ఇలా చెప్పింది.

"ఐదొకట్ల ఆరు
ఐదురెళ్ళ ఎనిమిది
ఐదు మూళ్ళ తొమ్మిది
ఐదు నాళ్ళ పదకొండు
ఐదు ఐదుల పన్నెండు
ఐదు ఆర్ల పదిహేను
ఐదు ఏడ్ల పదిహేడు
ఐదు ఎన్మిదిల ఇర్వై
ఐదు తొమ్మిదిల తొంభై
ఐదు పదుల రెండొందలు"

కొన్ని దోమలు బొచ్చెపార్టీ నాయకులను కుట్టాయి. వాటికి వారి లక్షణాలొచ్చాయి. మరికొన్ని దోమలు కొత్తిమీరకట్ట నాయకుల్ని కుట్టాయి. అవి అచ్చం ఆ పార్టీ నాయకుల్లానే ప్రవర్తించడం మొదలుపెట్టాయి. ఈ రెండు పార్టీల మధ్య సోపతి ఉంది. యే దోస్తీ హమ్ నహీ చోడేంగే అని ఈ దోమలు పాడుతుంటాయి. రెక్కలు కలుపుకుని తిరుగుతుంటాయి.

పల్లేరుగాయల పార్టీ నాయకులను కొన్ని దోమలు కుట్టాయి. దాంతో వాటికి వారి లక్షణాలొచ్చాయి. ఆ దోమల్లో ఏ దోమకాదోమ తనే మొనగాడ్ని అనుకుంటుంది. అందరూ తన మాటే వినాలంటుంది. తను చెప్పినట్టే అందరూ ఆడాలంటుంది.

ఈ మధ్య గలీజ్ గల్లీ విషయంలో ఈ దోమలు కొట్లాడుకున్నాయి. ఆ గల్లీలోని

పిల్ల దోమలకు సంగీత పాఠాలు చెప్పాల్సి ఉంది.

"డెంగీ దోమలను పంపిస్తే బాగుంటుందని" ఒక యువదోమ అంది.

"అదెలా కుదురుతుంది? మలేరియా దోమల్ని పంపాలి" అని నడివయసు దోమ అంది.

ఆ పార్టీకి చెందిన పెద్దదోమ చెరువుకు ఆవల ఒడ్డున ఉంది. ఆ దోమే ఈ దోమల తగువును తీరుస్తుంది.

ఆ దోమ మాటనీదోమలు వింటాయి.
కుట్టమంటే కుడతాయి
వద్దంటే ఊరుకుంటాయి
మనసులో మంట దాచుకుని పైకి మాత్రం నవ్వుతుంటాయి.

మొన్నటిదాకా దిక్కుమాలిన రాష్ట్రంలో ఈ దోమల ప్రభుత్వమే ఉండేది. కానీ తెరలు అడ్డుపడటంతో ఈ మధ్యనే నిట్టనిలువునా కూలిపోయింది.

బొచ్చెపార్టీ దోమలు ఈ పరిస్థితిని తమకు అనుకూలంగా మార్చుకున్నాయి. అధికారంలోకి వచ్చాయి. ఎలాగైనా పల్లేరుగాయల దోమల్ని మల్ల లెవ్వకుంట దెబ్బ తియ్యాలనుకున్నాయి. వాటి దగ్గరకు వెళ్ళాయి.

"రండీ పుణ్యాత్ములారా. మా లత్కోర్ భజనకు రండీ ధర్మాత్ములారా. మనమందరం గూడి లత్కోర్ భజల చేయుదాము" అంటూ పాడాయి.

"వస్తాం గాని మాకేం లాభం?" అని పల్లేరు గాయల ఎమ్మెల్యే దోమలడిగాయి.
"తలా రెండు సీసాల నెత్తురిస్తాం"
"అంతేనా?"
"ఇంకేం గావాలె?"

"ఇసుంట రమ్మంటే ఇల్లంత మాదంటే ఎట్లా? ముందు మా పార్టీలోకి దూకండి. తరువాత మంత్రి కుర్సీల గురించి ఆలోచిద్దాం"

"అదేం కుదరదు"
"ఇలా బేరం ఆడితే ఎలా?"
"రాజకీయాలంటే బేరసారాలు. గుర్రాలు మారడాలు"

ఐదారు పల్లేరుగాయల దోమలు బొచ్చెపార్టీలోకి మారి మంత్రులయ్యాయి. దాంతో ఎప్పటి నుంచో మంత్రి పదవి కోసం ఎదురు చూస్తున్న బొచ్చె దోమలు రెక్కలు విదిల్చి మండిపడ్డాయి.

"గలీజ్ గల్లీలకు వెళ్ళాం
మురికి కాలవలను కనిపెట్టాం
దోమ జనాభా పెంపు కోసం కష్టపడ్డాం
ఫాగింగ్ అని చూడకుండా పార్టీ కోసం శ్రమించాం.
ఇంత చేసినా మాకు గుర్తింపు లేదా?

నూర్రోజులాడిన సినిమాకన్నా ఫ్లాప్ సినిమానే ఎక్కవా?" అని అడుగుతూ కొన్ని బొచ్చెదోమలు అసమ్మతి రాగమాలపించాయి.

ఆరోజు దోమ మంత్రివర్గ సమావేశం.

ఒకట్రెండు దోమలకు జరూర్ పని ఉన్నా అవి కూడా మంత్రివర్గ సమావేశానికొచ్చాయి. రాకపోతే మహామంత్రి లత్కోర్ దోమ ఎక్కడ రెక్కలు కత్తిరిస్తుందోనని వాటి భయం.

దోమ మంత్రులన్నీ చెరువులోని గుర్రపు డెక్కల మీద కూర్చున్నాయి. వాటి చర్చలిలా ఉన్నాయి.

"ఇప్పటిలాగే రోడ్లమీద చెత్తకుప్పలుండేటట్టు చూడాలి" అని లత్కోర్ దోమ అన్నది.

"ఎవరైనా చెత్త కుప్పలు ఎత్తడానికి ప్రయత్నిస్తే ఏం చెయ్యాలి?" అని ఆరోగ్య మంత్రి దోమ అడిగింది.

"మన పోలీస్ దోమల్ని పంపుదాం. అవి కుట్టుఛార్జి చేసి వారిని వెళ్ళగొడతాయి" అని హెూంమంత్రి దోమ అన్నది.

"ఫాగింగ్ తో మనల్ని వెళ్ళగొట్టాలని చూస్తున్నారు"
"అలాంటి వాళ్ళ కంట్లో నలుసులమవ్వాలి"
"కాయిల్స్, ఆలౌట్ వంటి వాటితో మనల్ని చంపాలని చూస్తున్నారు"
"వాటికి మనమెప్పుడో అలవాటు పడ్డాం. ఇప్పుడవి మననేమీ చెయ్యలేవు"
"మురిక్కాలవలు మురిక్కాలవల్లానే ఉండేటట్లు చూడాలి"

“గుత్తేదార్లు వాటిని పైపైనే బాగు చేస్తారు. రెండ్రోజులైతే ఎలాగూ వాటి మేకప్ పోతుంది.”

“డ్రైనేజీల సంగతీ అంతేనంటావా?”

“అక్షరాలా అంతే”

“నాయకులు చీపుళ్ళ పట్టుకుని రోడ్లమీద చెత్తనూడుస్తున్నారు” అని మున్సిపల్ మంత్రి దోమ అన్నది.

“వాళ్ళు ఫొటోల కోసమూ, ప్రచారం కోసమూ ఒక్కరోజు మాత్రమే రోడ్లనూడుస్తారు. కొందరైతే రోడ్లు ఊడ్చినట్టు నటిస్తారు. నాయకులతో మనకొచ్చిన ప్రమాదమేమీ లేదు” అని ఆరోగ్య మంత్రి దోమ అన్నది.

“మనుషుల్ని కుట్టడం మూలంగా మన వాళ్ళకు కొత్తకొత్త రోగాలొస్తున్నాయి. వాటిని తగ్గించడానికి మన దోమ డాక్టర్లు పొద్దుగూకులా పని చేస్తున్నాయి. కొన్ని రోగాలకి మందులు కూడా లేవు. వాటికి మందు కనుక్కోమని దోమ శాస్త్రవేత్తలకు చెప్పాను. అవసరమైతే విదేశీ దోమ శాస్త్రవేత్తల సహాయం తీస్కోమన్నాను” అని మహామంత్రి దోమ అన్నది.

“దోమ డాక్టర్ల సంఖ్య పెంచాల్సి ఉంది. అందుగ్గానూ కొత్త మెడికల్ కాలేజీలు పెట్టాలి” అని ఆరోగ్య మంత్రి సలహా ఇచ్చింది.

“అలాగే పెడదాం”

“మన దోమలన్నీ పౌష్టిక రక్తాన్నే తాగాలి. దాని వల్ల రోగనిరోధక శక్తి పెరుగుతుంది”

“దోమ మంత్రులందరూ వీధుల్లో దోమ యాత్రలు చెయ్యాలి. అలా చేస్తేనే మన ప్రజల సమస్యలు తెలుస్తాయి” అని దోమ రవాణా మంత్రి అన్నది.

“బ్లడ్ బాంకులో పేరుకుపోయిన నెత్తురును తీసుకొస్తా
తలా ఒక సీసా వంతున రక్తాన్ని పంచుతా
బడుగు దోమలకు గలీజ్ గల్లీలు ఇస్తా
దోమస్తాన్ ను నెంబర్ వన్ చేస్తా
తాగు తాగు నెత్తురు తాగు. ఊగు ఊగు ఉయ్యాలలూగు
మన జాతీయగీతం

ఈ గీతం రాసిన దోమ కవికి ఈ ఏడు దోమ విభూషణ్ బిరుదునిస్తాం
పాడుతూ పని చేస్తాం
అందరినీ సమానంగా చూస్తూ
విమానాల్లా ఎగురుతాం
మన పని కానిస్తాం" అని లత్కోర్ దోమ అన్నది.
దోమ జాతీయ గీతాలాపనతో మంత్రివర్గ సమావేశం ముగిసింది.

22

ఆ పండుగ ఇత్తడిని పుత్తడిలా భ్రమింపచేస్తుంది.
మాటలకోటలు దాటేసి మత్తులో ముంచేస్తుంది
రంగుల కలలో తేల్చి వరాల వల వేస్తుంది
అది పటాకులు పేల్చే దీపావళి పండగ కాదు
అది జమ్మి ఆకు చేతిలో పెట్టి అలయ్ బలయ్ తీసుకునే దసరా కాదు.
అది ముగ్గులూ, గొబ్బెమ్మలతో మురిపించే సంక్రాంతి కాదు
అన్ని పండుగల్లాగ అది ఏడాదికోసారి రాదు
వస్తే ఒకట్రెండు రోజులకే పరిమితం కాదు

ఆ పండుగకో ప్రత్యేకత ఉంది. అదొస్తే సందడే సందడి. అందరికీ చేతినిండా పని. ఐదేళ్ళకొకసారి ఒక్కోసారి అంతకంటే ముందే అది వచ్చేస్తుంది. దిక్కుమాలిన రాష్ట్రంలో ఆ పండుగ, అదే... ఎన్నికల పండగొచ్చింది.

ఎసి గది
డిమ్ లైట్
గోడ మీద గడియారం
గదిలో ఖరీదైన మంచం
దాని మీద మెత్తటి పరుపు
ఆ పరుపుపై మహామంత్రి లత్కోర్

రాత్రి రెండు కొట్టింది. ఎంతకీ నిద్ర పట్టడం లేదు. మహామంత్రికి నిద్రపట్టడం లేదని గడియారం ముల్లు తిరక్కుండా ఊరుకుంటుందా? దాని మానాన అది తిరుగుతూనే ఉంటుంది. గుండె ఆగితే ఊపిరాడదు. గడియారం చెడితే ముల్లు

తిరగదు. అది తిరిగినా తిరగకున్నా కాలం మాత్రం ఆగదు. అది నడుస్తూనే ఉంటుంది.

ఫలానా మహాముని ఆగు అనగానే కాలం ఆగిపోయింది.

ఫలానా పతివ్రతా శిరోమణి పాట పాడగానే కాలం నిలిచిపోయింది.

ఇలాంటివి పురాణ కథల్లో ఉన్నాయి. ఆ కతలు లత్కోర్ కు గుర్తొచ్చాయి.

నేనేం తక్కువా అని అతను కాలాన్ని ఆగమన్నాడు. కాలం అతని మాట వినలేదు. మాటతో ఫాయిదా లేకుండా పోయింది. పాటతో చెప్పి చూస్తానని అతను అనుకున్నాడు. అనుకుని.... రుక్ జా ఓ జానేవాలి రుక్ జా అంటూ పాటందుకున్నాడు. పాటను కూడా కాలం పెడచెవిన పెట్టింది. కాలం ఆగితే అతనికేం లాభమంటే లాభమే మరి. ఎల్లకాలం అతనే మహామంత్రిగా ఉండొచ్చు.

అన్ని దాహాలను మించింది అధికార దాహం

ఎందుకన్నా మంచిది. ఈసారి రెండు నియోజకవర్గాల నుంచి పోటీ చెయ్యాలి. నాకత్యంత సన్నిహితులైన ఎమ్మెల్యేలలో ఎవర్నో ఒకర్ని తన స్థానాన్ని నాకనుకూలంగా వదులుకోమని చెప్పాలి. అలా చేస్తే ఎమ్మెల్సీని చేస్తానని హామీ ఇవ్వాలి. నా మనుషులకే ఎమ్మెల్యే టికెట్లు వచ్చేలా చూడాలి. మా బొచ్చెపార్టీలో కొందరికి, ముఖ్యంగా పార్టీ అధ్యక్షునికి మహామంత్రి పదవిపై కన్ను పడింది. అతని కన్ను ఎలా చిదిమేయాలి?

ఈసారి ఎక్కడ నుంచి దంగలకు దిగాలి
ఏ పథకాలను ఎరగా వేసి జెనాలను బోనులో పెట్టాలి
ఏ మాటల మామిడి పళ్ళతో మాయ చెయ్యాలి
ఎలాంటి మందు బుడ్డీలిచ్చి నిప్పుల్లోకి దించాలి
ఏం చేసి మళ్లీ గద్దెనెక్కాలి
ఇలాంటి ఆలోచనల్లో లత్కోర్ మునిగాడు.

ఒకపక్క కాలమే కాదు. మరోపక్క మహామంత్రి ఆలోచనలూ ఆగలేదు. ఆగని ఈ రెండు రైళ్ళ మధ్యా అతను నలిగాడు. నలిగి నలిగి ఆఖరికి రెండు పెగ్గుల దివ్యౌషధం సేవించి నిద్రలోకి జారాడు.

పేరు – పేనయ్య

ఊరు - ఉత్తలూరు

చదువు - అంతంత మాత్రం

వృత్తి - ప్రజాసేవ

అతను బొచ్చెపార్టీ నాయకుడు. మనసుపడి లక్ష్మీదేవి అతని దగ్గరే ఉండిపోయింది. ఆ నియోజక వర్గంలో అతనికి పలుకుబడి ఉంది. అతను తగువులు తీరుస్తుంటాడు. అదే అతను చేసే ప్రజాసేవ. ఈసారి కూడా తమ పార్టీనే అధికారం లోకి వస్తుందనే నమ్మకం అతనికుంది. నమ్మకమంటే అలాంటి ఇలాంటి నమ్మకం కాదు. వెయ్యి సుత్తులతో కొట్టినా పగలని నమ్మకం.

పేనయ్య గ్రామ సర్పంచి కావాలనుకుంటే సులభంగా అయ్యేవాడు. పంచాయితీ బోర్డు ప్రెసిడెంటు అయ్యే ఉద్దేశమే ఉంటే ఛాయ్ తాగినంత తేలిగ్గా ఆ పదవి కొట్టేసేవాడు. అతి సులభంగా జిల్లా పరిషత్ ఛైర్మన్ అయ్యేవాడు. కానీ వాటిమీద అతనికి మోజూ లేదు. ఒక్కోమెట్టు ఎక్కడానికి అతను వ్యతిరేకం. కింద మెట్టు ఎక్కకుండానే పైమెట్టు ఎక్కడమే అతని లక్ష్యం. అంచెలంచెలుగా ఎదగకుండా ఏకంగా ఎమ్మెల్యే కావడానికి అతని ప్రయత్నిస్తున్నాడు. ఎమ్మెల్యే కాకుండా మంత్రి లేదా మహామంత్రి అయ్యే అవకాశం ఉంటే మంత్రి పదవి కోసం అతను ప్రయత్నించేవాడు కాదు. డైరెక్టుగా మహామంత్రి పదవి కోసమే బరిలోకి దిగేవాడు.

పోయినసారి పప్పేశ్వర్ మా నియోజకవర్గం నుండి మా పార్టీ అభ్యర్థిగా పోటీ చేశాడు. కానీ ఓడిపోయాడు. ఈసారి అతనికి ఎమ్మెల్యే టికెట్ ఇచ్చే సూచనలు లేవు. ప్రయత్నిస్తే నాకు టికెట్ దొరుకుతుంది. దానికోసం పార్టీ ఆఫీస్ కి వెళ్ళాలి. ఒక్కణ్ణే వెళితే కాదు. లారీల్లో జనాన్ని తీసుకుని వెళ్ళాలి అని పేనయ్య అనుకున్నాడు.

ఐదు లారీల్ని అతను కిరాయికి తీసుకున్నాడు.
చుట్టుపక్కల గ్రామాల్లోని కూలీలను పిలిపించాడు
తలా ఐదు వందలిచ్చాడు
రూపాయిలే కాకుండా బిర్యానీ పొట్లాలు పంచాడు
తలా ఒక క్వార్టర్ బాటిల్ ఇచ్చాడు
అందరి మెళ్ళో పార్టీ కండువాలు వేసాడు
లారీల ముందు పార్టీ జెండాలు కట్టించాడు.
అందర్నీ వెంటపెట్టుకుని అమ్మోనగరంలోని పార్టీ ఆఫీసుకి వెళ్ళాడు.

వెంట వచ్చిన జెనాలు జిందాబాద్ అని నినాదాలు చేస్తుండగా పేనయ్య పార్టీ ఆఫీస్ లోకి అడుగుపెట్టాడు. బొచ్చెపార్టీ రాష్ట్ర అధ్యక్షుడు ఆనందరావు దగ్గరకి వెళ్ళాడు.

"నమస్తే అన్నా" అని అన్నాడు.

"నమస్తే. ఏమిటిలా వచ్చావు?" అని నవ్వుతూ ఆనందరావు అడిగాడు.

"నేను ఎందుకొచ్చిననో మీకు ఎర్క లేదా?"

అతనెందుకొచ్చాడో తెలియనట్టు నటిస్తూ -

"నువ్వు చెప్పకపోతే ఎలా తెలుస్తుంది?"

అగ్గిపెట్టెకొచ్చి సిగరెట్టు దాచడమెందుకని-

"ఎమ్మెల్యే టికెట్ కోసం" అని పేనయ్య చెప్పాడు.

"నీకు టికెట్ ఎందుకయ్యా?"

"జెనంకు సేవజేసెతందుక్క"

"ఇప్పుడు నువ్వు ప్రజాసేవ చేయడం లేదా?"

"చేస్తున్న"

"చేస్తుంటే ఎమ్మెల్యే టికెట్ ఎందుకు?"

"గిప్పటికన్న ఎక్వ ప్రజాసేవ జేసెతందుక్క"

"ఓట్లు కొనడానికి నీ దగ్గర కోట్లు ఉన్నాయా?"

"ఉన్నాయ్"

"రిగ్గింగ్ చెయ్యడానికి మనుషులున్నారా?"

"నా ఎన్క ఎంతోమంది గూండగాళ్ళు, రౌడీలున్నరు"

"నీ మీద ఏమైనా కేసులు ఉన్నాయా?"

"రొండు మర్డర్ కేసులున్నయ్"

"ఎప్పుడైనా జైలుకెళ్ళావా?"

"మస్తుసార్లు బోయిన"

"శభాష్. నిశ్చింతగా ఉండు. నీకు తప్పకుండా టికెట్ ఇప్పిస్తాను"

"మీరు ఇప్పిస్త అని అన్నరంటే నాకు టికెట్ వచ్చినట్లె. నన్ను ప్రచారం జేస్కోమంటారా?" అని పేనయ్య అడిగాడు.

"అది కూడా అడగాలా?"

పేనయ్య మొహం న్యూస్ పేపరంతయ్యింది. నీటి మీద పడవలా తేలిపోతూ

పార్టీ ఆఫీస్ నుంచి అతను బయిట పడ్డాడు. బొటనవేలు పైకెత్తి పని అయినట్టు సైగ చేసాడు. దాంతో అతని వెంట వచ్చిన జెనం పేనయ్య జిందాబాద్ అంటూ హెూరెత్తారు.

అతను పదవి రాక ముందు నాయకుడు. పదవి వచ్చేక వినాయకుడు. అతనే బొచ్చెపార్టీ సిట్టింగ్ ఎమ్మెల్యే. పేరు బాకారావు. అతను ఏ నాయకునికి ఆ బాకా ఊదుతుంటాడు. లత్కోర్ ఏ పని చేసినా ఆహా ఓహెూ అంటాడు. అంతరిక్షానికి ఎత్తేస్తాడు. మందంగా మస్కా పూస్తాడు. ఆ కారణంగా అతను మహామంత్రికి దగ్గర వాడయ్యాడు. ఎంత దగ్గరివాడయ్యాడంటే ఏ పని చెయ్యాలన్నా లత్కోర్ అతని సలహా తీసుకుంటాడు. లత్కోర్ తో పనిబడ్డ వాళ్ళు ముందుగా అతన్నే కలుస్తారు. అతను ఎంత అడిగితే అంత ముట్టచెప్తారు. దాంట్లో మహామంత్రికి కొంతిచ్చి మిగతాది అతను నొక్కేస్తుంటాడు.

బాకారావుకు ఓ ఇంగ్లీష్ మీడియం స్కూల్ ఉంది. బస్సు ఎక్కకుండానే సీట్లో దస్తీ వేసినట్టు పిల్లలు పుట్టకుండానే ఆ స్కూల్లో సీటుకోసం దరకాస్తు చేసుకుంటారు. లక్ష రూపాయలు డొనేషన్ కింద కడితేనే ఆ స్కూల్లో సీటు దొరుకుతుంది. ఈ విషయంలో రికమండేషన్లు నడవవు.

ఎన్నికల తేదీ రాగానే ఎందుకైనా మంచిదని బాకారావు ఆగమేఘాల మీద లత్కోర్ విగ్రహాన్ని తయారు చేయించాడు. దాన్ని స్కూలు ఆవరణలో పెట్టించాడు. అంతకు ముందు పొద్దెక్కేక నిద్ర లేచేవాడు. ఆరాం కుర్చీలో కూర్చుని అల్లం ఛాయ్ తాగుతూ పేపర్ తిరగేసేవాడు. ఆ మధ్యన పొద్దున్నే లేస్తున్నాడు. కాలకృత్యాలు తీర్చుకున్నాక తలస్నానం, ఆ తర్వాత పట్టుపంచె కట్టుకునీ, నుదుట బొట్టు పెట్టుకునీ, పూలసజ్జ పట్టుకునీ కారున్నా కాలి నడకనే స్కూలుకెళుతున్నాడు. లత్కోర్ విగ్రహం ముందు కూర్చుని–

నా దైవము నీవే
నా దాతవు నీవే
నా నేతవు నీవే
నా విధాతవు నీవే
నా స్వామివి నీవే, సర్వమూ నీవే

అంటూ పూలతో పూజ చేస్తున్నాడు. పూజయ్యాక పాలతో లత్కోర్ విగ్రహాన్ని అభిషేకిస్తున్నాడు. చిరతలు వాయిస్తూ –

మదిని నిన్ను నమ్మి కొల్తురా

మా తండ్రీ దయగొను లత్కోరూ

అంటూ భజన చేస్తున్నాడు. ఈ తతంగమంతా పేపర్లలో వచ్చే ఏర్పాటు చేసుకున్నాడు.

"ఎమ్మెల్యే టికెట్ కోసం ఎన్ని ఎత్తులో"

ఒకసారొచ్చి తనను కలవవలసిందిగా బాకారావుకు మహామంత్రి కబురంపాడు. అంత మాత్రానికే ఎమ్మెల్యే టిక్కెట్టు వచ్చినంతగా సంబరపడ్డాడు. తన పూజలూ, భజనలూ, పనికిరాకుండా పోలేదనుకున్నాడు. ఏ మాత్రం ఆలస్యం చెయ్యకుండా లత్కోర్ దగ్గరకెళ్ళి పాదాభివందనం చేసాడు.

"నన్నెందుకో రమ్మన్నారట"

"మరేం లేదయ్యా. ఈసారి నేను రెండు నియోజకవర్గాల నుంచి పోటీ చేస్తే ఎలా ఉంటుందంటావు?"

"చాలా బాగుంటుంది"

"నాకనుకూలంగా ఎవరు తన సీటు వదులుకుంటారు?"

"మీరు అడగడమే ఆలస్యం. మన ఎమ్మెల్యేలలో ఎవరు పడితే వారు మీకనుకూలంగా తమ సీటు వదులుకుంటారు"

"ఆ వదులుకునేదేదో నువ్వు వదులుకోరాదూ?" అని మహామంత్రి అనగానే -
అతను గ్రహణం పట్టిన చంద్రుడయ్యాడు.
శాపగ్రస్త ఇంద్రుడయ్యాడు.

సీటుకోసమొస్తే వేటు పడిందే అని మనసులో అనుకుని పైకి మాత్రం నవ్వుతూ

"మీరంతలా అడగాలా? మీ చొక్కాలాంటి వాడ్ని. ఆ చొక్కాను మీరు ఎప్పుడు పడితే అప్పుడు వేసుకోవచ్చు. విడిచేయొచ్చు. మీ ఇష్టం. ఎప్పుడైనా మీ మాట కాదన్నానా" అని బాకారావన్నాడు.

"ఉత్త పుణ్యానికే వదులుకోనక్కర్లేదు. నీకు ఎమ్మెల్సీ సీటిస్తాను" అని లత్కోర్ హామీ ఇవ్వగానే అతను గ్రహణం వీడిన చంద్రుడయ్యాడు

శాపవిముక్త ఇంద్రుడయ్యాడు

"ఆ చేత్తోనే..." అంటూ బాకారావు అర్ధాంతరంగా ఆగాడు.

అతని ఆంతర్యం గ్రహించినా ఏం తెలియనట్టు

"ఆ చేత్తోనే?" అని లత్కోర్ అడిగాడు.

"మంత్రిని చేస్తే"

"చూద్దాంలే. నీ నియోజకవర్గంలో వెంటనే నా తరపున ప్రచారం మొదలుపెట్టు. కావలసిన ప్రచార సామాగ్రిని మన పార్టీ ఆఫీస్ నుంచి తీసుకెళ్ళు" అని మహామంత్రి చెప్పాడు.

"అలాగే. తీసుకెళతాను. మీరు చెప్పినట్టే ప్రచారం మొదలెడతాను"

"ఈయన హామీ ఇచ్చినట్టుగా నన్ను ఎమ్మెల్సీ చేస్తాడా? చెయ్యిస్తాడా. ఒకవేళ చెయ్యిస్తే ఏం చెయ్యాలి. ఇదే పార్టీలో ఉండి అవకాశం కోసం ఎదురుచూడాలా, లేక మరో పార్టీలోకి దుంకాలా? మాట తాటి బెల్లం. చేత గోడకి కొట్టిన సున్నం అని చాలామంది ఆయన గురించి

చెబుతుంటారు. అదే నిజమైతే నాదారి నేను చూసుకోక తప్పదు" అనుకుంటూ లత్కోర్ దగ్గర నుంచి బాకారావు వెళ్ళాడు.

దిక్కుమాలిన రాష్ట్రంలో ఐదారు ప్రతిపక్షాలు ఉన్నాయి. వాటిలో పల్లేరుగాయల పార్టీ కూడా ఉంది. ఎటన్న ఆ పార్టీ సిట్టింగ్ ఎమ్మెల్యే. ఎటన్న అతని అసలు పేరు కాదు. జెనం పెట్టిన పేరు. అతను ఇవాళ ఓ పార్టీలో ఉంటాడు. రేపు మరోపార్టీలో కనిపిస్తాడు. ఆకారణంగా జెనం అతనికా పేరు పెట్టారు. ఎవరైనా ఎటన్నా? అని పిలిచినా అతను కోపం తెచ్చుకోడు. పైగా నవ్వుతూ ఓ నమస్కారం పడేస్తాడు. గాలివాటు మనిషైన ఎటన్నకు ఈసారి ఎమ్మెల్యే టికెట్ ఇవ్వకూడదని పార్టీ హైకమాండ్ నిర్ణయించింది. చూచాయగా అతనికా విషయం తెలిసింది. హైకమాండ్ ని బెదిరించే ఉద్దేశంతో అతను బొచ్చెపార్టీలోకి మారుతున్నట్టు ఫీలరొదిలాడు. ఎవరైనా అడిగితే అబ్బే అదేం లేదు అనేవాడు. అతను ఎన్ని వేషాలేసినా హైకమాండ్ నిర్ణయం మారలేదు. దాంతో అతను బొచ్చెపార్టీ నాయకులను కలిసాడు. తన ఉద్దేశం చెప్పాడు. తగిన శుభముహూర్తంలో బొచ్చెపార్టీ కండువా కప్పుకున్నాడు. పార్టీ ఎందుకు మారావని ఎవరైనా అడిగితే నియోజకవర్గ అభివృద్ధి కోసం అంటూ అతను చెబుతున్నాడు.

బొచ్చెపార్టీకి ఎటన్న గురించి బాగా తెలుసు, ఆ పార్టీ నాయకులు అతని మాటలు నమ్మినంత పని చేసారు. కానీ నమ్మలేదు. నాయకులందరూ నటన సూత్రధారులే. బొచ్చెపార్టీ కూడా అతనికి మొండి చెయ్యిచ్చింది. పార్టీమారి గంట కాకముందే ఎటన్న ఉమ్మెత్త పువ్వుల పార్టీలోకి మారాడు. కానీ అక్కడా బొక్కలే తప్పితే ముక్కలు దొరకలేదు.

కిరాయి ఇల్లు కిరాయి ఇల్లే. సొంత ఇల్లు సొంత ఇల్లే అంటూ అతను పల్లేరుగాయల పార్టీలోకి వచ్చేసాడు. ఎవరైనా ఇదేంటయ్యా అని అడిగితే- నా సొంత ఇంటికి తిరిగొచ్చాను. అందులో తప్పేముందని అంటున్నాడు. భూమి చతురస్రంగా ఉందని స్వామీజీలన్న ఈ కాలంలో లేదు లేదు భూమి గుండ్రంగా ఉందని నిరూపించే ఎటన్నలు కూడా ఉన్నారు. ఎటన్నకు పార్టీలు మారినా ఫలితం దక్కలే. కండువాలు మార్చినా కోరికలు తీరలే.

ఆ నియోజకవర్గంలో అతని కులస్తులెక్కువ మంది ఉన్నారు. అతని కులాభిమానం బోలెడు. తమ కులం లేనిదే ఇతర కులాలకు దిక్కులేదని అంటాడు. కులపెద్దగా వ్యవహరిస్తుంటాడు. కుల పంచాయితీలు తీరుస్తుంటాడు. కులంలో ఎవరింట పూలు పండ్లు అయినా తప్పకుండా అతన్ని పిలుస్తారు. కుడకలూ, వక్కలూ, తమలపాకులతోపెళ్ళి పత్రిక అతనికే ముందుగా ఇస్తారు. పంక్తి భోజనాల్లో అతనికే ముందు వడ్డిస్తారు. అతను నోట ముద్ద పెట్టగానే అందరూ తినడం మొదలు పెడతారు. అతను తిన్న తరువాతే అందరూ చెయ్యి కడుక్కుంటారు.

అతనే కప్పయ్య. అతను బొచ్చెపార్టీ నాయకుడు. ఒకసారి వాళ్ళ ఊర్లో వానలు పడలేదు. దాంతో ఆ ఊరి జనం కప్పలకి పెళ్ళి చేసారు. కప్పలకు పెళ్ళి చేస్తే వానలు పడతాయనే నమ్మకం వారికుంది. అటు కప్పలకు పెళ్ళవుతుంటే ఇటు కప్పయ్య పుట్టాడు. దాంతో తల్లితండ్రులు అతనికా పేరు పెట్టారు.

పైరవీల కారణంగా నియోజకవర్గంలో అతనికి పేరుంది. ఈసారి తనకి ఎమ్మెల్యే టికెట్ ఇస్తారనే నమ్మకం అతనికుంది. అది సిమెంట్ కన్నా, ఉక్కు కన్నా, రాతి గుట్టకన్నా గట్టిదైన కారణంగా అతను ప్రచారంలోకి దిగిపోయాడు.

రోజు కూలి కింద ఐదువందల రూపాయలూ, బిర్యానీ పొట్లమూ, క్వార్టర్ మందూ ఇచ్చే

కండిషన్ మీద అతని తరపున ప్రచారం చెయ్యడానికి కూలిజెనం

ఒప్పుకున్నారు. వారందరికీ కప్పయ్య పార్టీ కండువాలు కప్పాడు. కప్పయ్యకే మీ ఓటు. బొచ్చెగుర్తుకే మీ ఓటు అంటూ వాళ్ళు వీధుల్లో తిరిగారు. రాజకీయమొక వ్యాపారం. మొదట పెట్టుబడి పెడతారు. తర్వాత కష్టపడకుండానే అంతకు పదింతలు రాబడతారు.

"మీకు ఎమ్మెల్యే టికెట్ ఇచ్చారా?" అని అడిగితే

"తప్పకుండా ఇస్తారు" అని కప్పయ్య అన్నాడు.

"టిక్కెట్టు రాకుండానే ప్రచారమెందుకు మొదలు పెట్టారు?"

"ఎమ్మెల్యే టికెట్ నాక్కాకుండా మరెవరికిస్తారు?" అని కప్పయ్య ఎదురు ప్రశ్న వేశాడు.

నడినెత్తి మీదకి సూర్యుడొచ్చాడు.

అమ్మోనగర రోడ్ల మీద ట్రాఫిక్ పలచబడింది.

ఇళ్ళ నుంచి తెచ్చుకున్న టిఫిన్ డబ్బా మూతల్ని ఎన్జీవోలు తీశారు.

ఒకరికొకరు ఇచ్చిపుచ్చుకున్నారు.

జోక్స్ వేసుకుని నవ్వుకున్నారు.

పొలమారితే అరచేత్తో మాడు కొట్టుకున్నారు.

మీల్స్ హోటళ్ళు కిటకిటలాడుతున్నాయి.

సీటు దొరకని వాళ్ళుఖాళీ సీటు కోసం ఎదురు చూస్తున్నారు.

రోడ్డుకొక పక్కన కూర్చుని మోచీ తెగిన చెప్పు ఉంగటాన్ని కుడుతున్నాడు.

గుడి ముందున్న బిచ్చగాడు సిల్వర్ బొచ్చెలోని చిల్లర లెక్కబెట్టుకుంటున్నాడు.

నిప్పులతో కూడిన వై ఆకారపు మట్టి పాత్రను ఎడమ చేత్తో పట్టుకుని అందులో ఊదు వేసి నెమలీకల కట్టతో విసరగా లేచిన ఊదుపొగతో సువాసన వెదజల్లి ఫకీరు అడుక్కుంటున్నాడు.

లత్కోర్ చికెన్ బిర్యానీ తిన్నాడు. ఛాయ్ తాగాడు. ఇంతకు ముందైతే తినగానే కాసేపు కునుకు తీసేవాడు. ఎన్నికలు కావడంతో రాత్రిపూటే అతనికి నిద్ర పట్టడం లేదు. ఇక పగటి నిద్రమాటెక్కడిది. పళ్ళలో ఇరుక్కున్న చికెన్ ముక్కల్ని టూత్ పిక్ తో తీసుకుంటూ ఆలోచనల్లో అతను ఈత కొడుతున్నాడు. సాధారణంగా ఎవరికీ అంత తొందరగా అతను అపాయింట్మెంట్ ఇవ్వడు. ఎన్నికలు రావడంతో ఏ చెట్టులో ఏ పండుందో అనకుని ఎవరికి పడితే వారికి అపాయింట్మెంట్ ఇస్తున్నాడు.

కిరాయి జెనాలని వెంటబెట్టుకుని మహామంత్రి దగ్గరకి కప్పయ్య వెళ్ళాడు.

"నమస్తే" అన్నాడు.

"నమస్తే, నమస్తే బాగున్నావా?"

"మీ దయ వల్ల బాగున్నాను"

"ఏంటిలా వచ్చావు?"

చక్కెరకొచ్చి గిన్నె దాచలేదు అతను.

"ఎమ్మెల్యే టిక్కెట్టు కోసం" అన్నాడు.

"మీ నియోజకవర్గంలో చాలామంది ఎమ్మెల్యే టిక్కెట్టు కావాలంటున్నారు"

"నియోజకవర్గంలో మా కులస్తులే ఎక్కువ మంది ఉన్నారు"

"మీ కులస్తులందరూ మీకే ఓట్లు వేస్తారనే గ్యారంటీ ఉందా?" అని లత్కోర్ అడిగాడు.

"ఉంది. కులం కులం ఒక్కటి. ఎదురు యాడిదీ ఎంకటి అని వెనుకట ఒకడన్నాడు"

"మీ కులస్తుల గురించి నువ్వు పెద్దగా చేసిందేమీ లేదని అంటున్నారే?"

"నేను చేసినా చెయ్యకపోయినా మా కులస్తులందరూ నాకే ఓట్లేస్తారు"

"అదెలా?"

"దీనికొక కత వినండి. ఒకసారి అడవిలో ఎన్నికలు జరిగాయి. చెట్లన్నీ ఓట్లు వేసాయి" అంటూ కప్పయ్య ఇంకేమో చెప్పబోతుంటే లత్కోర్ అడ్డు తగిలి–

"ఆ ఎన్నికల్లో ఎవరు పోటీ చేసారు?" అని అడిగాడు.

"నదీ గొడ్డలీ పోటీ చేసాయి"

"ఈ రెండింటిలో ఏది గెలిచింది?"

"చెట్లకి నీళ్ళిచ్చే నది గెలిచింది"

"మీరు చెప్పింది తప్పు. నది గెలవలేదు. గొడ్డలి గెలిచింది"

"తమను నరికేసే గొడ్డలికి చెట్లెందుకు ఓట్లు వేసాయి?" అని మహామంత్రి అడిగాడు.

"ఈ ప్రశ్ననే చెట్లనడిగితే ఏం చెప్పాయంటే..."

"ఏం చెప్పాయి?"

"గొడ్డలి మమ్మల్ని నరికేస్తున్నా దానికమర్చిన కర్ర మా నుంచి వచ్చిందే. మా కులందే" అని చెట్లు చెప్పాయి.

"అంటే నువ్వు మంచి చెయ్యకపోయినా మీ కులస్తులందరూ ఓట్లేసి నిన్ను గెలిపిస్తారంటావు"

"అవును. మీరేమైనా చేసి నాకు ఎమ్మెల్యే టిక్కెట్టు ఇప్పించండి. మీరిస్తారనే నమ్మకంతో ఎన్నికల ప్రచారాన్ని మొదలెట్టేసాను" అని కప్పయ్య అన్నాడు.

"చూద్దాంలే" అని లత్కోర్ అన్నాడు.

కప్పయ్య అనుకున్నది ఇంకొకటయ్యింది. అతను పువ్వు అనుకున్నది ముల్లైంది. కచ్చితంగా వస్తుందనుకున్న ఎమ్మెల్యే టిక్కెట్టు రాలేదు.

అతను కోపంతో వెర్రెత్తి ఊగిపోయాడు.తన దగ్గర వాళ్లని కలిసి వాళ్ళ ముందే రెబల్ క్యాండేట్ గా నామినేషన్ దాఖలు చేసాడు. బొచ్చెపార్టీ నాయకులు ఆకరికి లత్కోర్ కూడా ఎంత చెప్పినా అతను వినలేదు. నామినేషన్ వెనక్కి తీస్కోలేదు. దాంతో అతన్ని పార్టీ నుంచి సస్పెండ్ చేశారు.

"నన్ను సస్పెండ్ చేస్తే భయపడతానా? ఉడత ఊపులకు చెట్టెక్కడైనా కదులుతుందా" అని కప్పయ్య అడిగాడు.

బొచ్చెపార్టీ పేనయ్యకి ఎమ్మెల్యే టికెట్ ఇచ్చింది. తన చెంచాలకు అతను దావతిచ్చాడు. వాళ్ళు తాగి కడుపులో చోటులేనంత తిన్నారు. ఎండలోనూ, వానలోనూ అతని తరపున ప్రచారం చేస్తామని అమ్మతోడు అయ్యతోడంటూ ఒట్టుపెట్టారు.

అయ్యగారి దగ్గరకెళ్ళి పేనయ్య ఆయన కాళ్ళు మొక్కాడు. విజయీభవ అని ఆయన ఆశీర్వదించాడు. ఆయనకతను తన జాతకాన్ని ఇచ్చాడు. తన జాతకం ప్రకారం ఏ దినం, ఏ సమయంలో నామినేషన్ వేస్తే మంచిదో చెప్పమన్నాడు. మంగళవారం పదకొండు గంటల ఎనిమిది నిమిషాల ఐదు సెకండ్లకి మంచి ముహూర్తముంది. ఆ ముహూర్తంలో నామినేషన్ వేస్తే గెలుపు ఖాయమని అతనికి అయ్యగారు చెప్పారు.

పేనయ్య నాద స్వరాన్ని పిలిపించాడు.

బాండ్ మేళానికి బయానా ఇచ్చాడు.

డప్పుల వాళ్ళని రప్పించాడు. పటాకులు తెప్పించాడు.

ఊరేగింపు ముందు వాటిని కాల్పించే ఏర్పాట్లు చేశాడు.

ప్రతివీధిలో పూలదండలు మెడలో పడేటట్టు చూశాడు.

అట్టహాసంగా ఊరేగింపుతో వెళ్లి నామినేషన్ వేశాడు.

గెలుపు పిల్ల పుట్టకముందే పేరు పెట్టేసాడు.

ఎప్పటిలా కాకుండా తెల్లవారుజామునే నిద్రలేచి పేనయ్య మార్నింగ్ వాక్ కు వెళ్ళాడు.

టిఫిన్ సెంటర్ నుంచి వస్తున్న సాంబార్ వాసనతో పాటూ అతనికి ఓటు వాసన వచ్చింది.

రోడ్డు ఊడుస్తున్న సఫాయి వాళ్ల చీపుళ్ళ చప్పుళ్ళలో అతనికి నోట్ల పెళపెళలు వినిపించాయి.

దుకాణం ముందు మార్వాడీ సేటు జల్లిన జొన్నలకోసం మూగిన పావురాలలో అతనికి ఓటర్లు కనిపించారు.

హోటల్ కెళ్ళి అతను అందరికీ టిఫిన్లు పెట్టించాడు. టీ తాగించి ఓట్లడిగాడు. స్వయంగా ఛాయ్ చేస్తూ ఫొటోకి ఫోజులిచ్చాడు. అతను చేసిన ఛాయ్ చక్కెర పానకంలా ఉందని కొందరన్నారు.

పేనయ్య స్నానం చేసాక బొట్టు పెట్టుకున్నాడు. ధోతి కట్టుకున్నాడు. కండువా కప్పుకుని రామాలయం వెళ్ళాడు. దేవుడికి కాకుండా దేవాలయానికి వచ్చిన భక్తులకి ముందుగా దండం పెట్టాడు. పూజ చేసాక హారతి పళ్ళంలో నూర్రూపాయల నోటూ, హుండీలో ఐదువందల రూపాయల నోటూ వేశాడు.

“చూసావా దేవీ. ఐదువేల వంతున ఇచ్చి ఓట్లు కొంటాడు. నా హుండీలో ముష్టి ఐదువందల నోటు వేసాడు” అని రాముడన్నాడు.

“తొందర పడకండి నాథా. అతనేమని మొక్కుతాడో ఒకసారి చూడండి” అన్నది సీతాదేవి.

“రామా. నన్ను గెలిపిస్తే నీకు బంగారు బాణం, సీతమ్మకు బంగారు గాజులూ, కమ్మలూ చేయిస్తాను” అని పేనయ్య మొక్కాడు.

“ఇంతకీ వీడు సొంత సొమ్ముతో ఇవన్నీ చేయిస్తాడా దేవీ?” అని

రాముడడిగాడు.

"అమాయకంగా అడుగుతారేమి నాథా. వీడెక్కడైనా సొంత సొమ్ముతో చేయిస్తాడా? సర్కారు సొమ్ముతో చేయించి ఇస్తాడు"అని నవ్వుతూ సీతాదేవి చెప్పింది.

చెంచాలు వెంటరాగా గుడి నుంచి ఇంటికెళ్ళకుండా పేనయ్య చౌరస్తా వరకూ నడిచే వెళ్ళాడు. మధ్యలో కనిపించిన వారిపై మాటల మందు జల్లాడు. చౌరస్తాలోని కూరల దుకాణంలోకి వెళ్ళాడు. తక్కెడ తీసుకున్నాడు. దండి కొట్టకుండా కూరలమ్మాడు. కూరలమ్ముతూ ఫొటోలు దిగాడు. అవి పేపర్లలో వచ్చేటట్టు ఏర్పాట్లు చేసుకున్నాడు.

పాడె
దాన్ని మోస్తున్న నలుగురు
దాని ముందు డప్పులూ. డాన్సులూ
చిన్ని నీటికుండతో చిక్కం
దాన్ని పట్టుకుని ఒకడు
వాడి మెడలో పూలదండ
పాడె వెనుక ఒకడి చేతిలో చిన్నబుట్ట
దానిలో శవం మీద జల్లే మరమరాలూ, పూలూ, చిల్లర నాణాలూ
పాడె వెనుక ఆడా మగా
వారిలో కొందరు ఆడాళ్ళ ఏడ్పులు

ఇలాంటి శవయాత్ర సజీవదృశ్యం పేనయ్య కంట్లో పంట పండించింది. గబగబా వెళ్ళి పాడె మోస్తున్న నలుగురులో ముందున్న ఒకడిని తప్పించాడు. వాడి స్థానంలో తాను భుజంపై పాడెనెత్తుకున్నాడు. పాడె మోస్తూ స్మశానం దాకా వెళ్ళాడు.

సాయంత్రం. రోడ్లు రద్దీగా ఉన్నాయి. ప్యాంటూ, షర్టూ వేసుకుని పేనయ్య బయలుదేరాడు. షరా మామూలే అతని వెంట చెంచాలు. అతనో సెలూన్ లో దూరాడు. సరిగ్గా అప్పుడే కటింగ్ చేయించుకోడానికి ఓ కుర్రాడొచ్చాడు. వాణ్ణి అద్దం ముందున్న కుర్చీలో అతను కూర్చోబెట్టాడు. కత్తెర తీసుకున్నాడు. ప్రతిపక్షాల ఆరోపణల్ని కత్తిరించినట్టు వాడి జుట్టును అడ్డదిడ్డంగా మా చెడ్డగా కత్తిరించాడు. ఇతగాడు వెళ్ళాకా వాడు మనసారా, తనివితీరా, నోరారా బూతులు తిడుతూ గుండు కొట్టించుకున్నాడు.

సెలూన్ కు కొద్ది దూరంలో ఉన్నమిర్చిబండి దగ్గరకెళ్ళాడు పేనయ్య. నూనెలో పకోడీలు వేయించాడు. వేయిస్తూ జనాలను ఓట్లడిగాడు. దాంతో ఆ పకోడీలు కాస్తా అమావాస్య రాత్రులయ్యాయి. ఇలా రోజుకొకడు తగిలితే నా వ్యాపారం దెబ్బతింటుంది దేవుడో అంటూ మిర్చి బండి వాడు మొత్తుకున్నాడు.

ఆరోజు ఆదివారం. రోజూలాగే ఆరోజు పేనయ్య బొట్టు పెట్టుకోలేదు. పైగా మెడలోని రుద్రాక్ష మాల తీసేసాడు. దాని స్థానంలో శిలువ వేసుకున్నాడు. బైబిల్ చేత పట్టుకున్నాడు. చర్చికెళ్ళాడు. ప్రార్థన చేశాడు. దర్గాకెళ్ళి చాదర్ ఇచ్చాడు. ఏ మతానికి ఆ మతం వాడుగా మాట తీరు చూపెట్టాడు.

ఆకరికి పేనయ్య చిన్న పిల్లల్ని కూడా వదల్లేదు. వాళ్ళకు బిస్కెట్ పుడాలూ, చాక్లెట్లూ కొనిచ్చాడు. పేనయ్యకే మీ ఓటు. బొచ్చెగుర్తుకే మీ ఓటు అని అరుస్తూ వీధుల్లో తిరుగుమన్నాడు. పిల్లలకు రాజకీయాలేం తెలుసు. వారు అతను చెప్పినట్టే చేశారు. అతని భార్య కూడా తోచిన ప్రచారం చేసింది. ఇల్లిల్లూ తిరిగింది. ఆడవాళ్ళకు బొట్టుపెట్టింది. రవికె బట్టతో పాటూ భరిణెలిచ్చి ఓట్లు అడిగింది.

చెప్పడం మరిచాను. ఓ పొద్దున్న మన బొచ్చె నాయకుడు ఓ గుడిసె దగ్గరకి వెళ్ళాడు. గుడిసె ముందు ఒక నులకమంచముంది. ఆ నులక మంచంలో ఓ ముసలాడు కూర్చుని చుట్ట తాగుతున్నాడు. సీదా అతని కాళ్ళ మీద పడ్డాడు.

"ఎవలూ?" అని అతనడిగాడు.

"నేనే తాతా. బాగున్నావా?"

"బాగున్న. ఏం గావాలే?"

"మీ ఓట్లన్నీ నాకే వెయ్యాలి"

జవాబు కోసం ఎదురు చూడకుండా పేనయ్య ఆ గుడిసెలోకి వెళ్ళాడు. చంటివాడి ముడ్డి కడిగాడు. అతికష్టం మీద గంజి తాగాడు. వాళ్ళ మంచి చెడ్డలు విచారించాడు.

పోలింగ్ ముందురోజు జెనాలకు అతను డబ్బులు పంచాడు. మందు బాటిల్లిచ్చాడు. ఓటర్లను పోలింగు బూత్ వరకూ తీసుకెళ్ళడానికి ఆటోలనూ, ట్యాక్సీలనూ పెట్టాడు.

ఒక్క పేనయ్యే కాదు. ఎన్నికల్లో నిలుచున్న వాళ్ళందరూ దాదాపు ఇలాగే ప్రచారం చేశారు.

పథకమే కానీయండి. పాదయాత్రే కానీయండి. ఎన్నికల ప్రచారమే కానీయండి. అక్కడి నుంచే మహామంత్రి లత్కోర్ మొదలు పెడతాడు. చిక్కలూరు అతనికి అచ్చొచ్చిన ఊరు. ఆ ఊరినుంచే ప్రచారం మొదలుపెడితే అమాంతంగా గెలుపు దండ తన మెడలో పడటం గ్యారంటీ అనే అనుకుంటాడు.

ఆరోజు చిక్కలూరులో పండగలాగ ఎక్కడ చూసినా బొచ్చెపార్టీ జెండాలే. ఏ వీధిలోకెళ్ళినా బొచ్చెగుర్తుతో ఉన్న తోరణాలే. ఏ చౌరస్తాలో చూసినా లత్కోర్ కటౌట్లే. మైదానాల్లో పార్క్ చేసిన లారీలే. ఏ హొటల్ కెళ్ళినా ఆ లారీల్లో వచ్చిన జెనాలే. ఎక్కడ చూసినా చుట్టల. బీడీల, సిగరెట్ల పొగనే. ఏ నోట చూసినా జర్దా పాన్ లే. రకరకాల గుట్కాలే.

జెనాలు వాళ్ళంతట వాళ్ళు రాలేదు. అవిచ్చీ ఇవిచ్చీ డబ్బులిచ్చీ చుట్టుపక్కల ఊర్ల జెనాలను బొచ్చెపార్టీ నాయకులే లారీల్లో తీసుకొచ్చారు. లక్షమంది పట్టే మైదానంలో వాస్తు ప్రకారం వేదిక ఏర్పాటు చేశారు. బూటకానంద స్వామి పెట్టిన ముహూర్తానికి ఒక్క నిమిషం అటూఇటూ లేకుండా మాటల వల తీసుకుని ఓట్ల వేటకి మహామంత్రి లత్కోర్ మైదానంలోకి వచ్చాడు.

లత్కోర్ సాబ్ జిందాబాద్ అంటూ జెనాలు నినాదాలు చేస్తుండగా అతను వేదికనెక్కాడు.

“అమ్మలారా. అయ్యలారా. అక్కలారా. అన్నలారా. అందరికీ వందనాలు. ఇది సముద్రమా? సమ్మక్క సారలమ్మ జాతరా. కాదు కాదు నా ప్రియమైన జెనమే. ఎప్పుడూ నా ధ్యాస మీమీదే.

నాకు మోట కొట్టడం తెలుసు. మట్టిబాటలో తిరగడం తెలుసు. మేము మళ్ళీ అధికారంలోకి వస్తే మీ చిన్న పిల్లల ముక్కు తుడవడానికి ఉచితంగా దస్తీలిస్తాం. టూత్ బ్రష్ లిస్తాం. మీ పళ్ళను కూడా తోమిపెడతాం. ప్రతి వీధిలో బొచ్చె కాంటీన్లు పెట్టి మూడు రూపాయలకే సద్ది బువ్వ ఇస్తాం.

చిన్నప్పుడు నేను తెల్లవారుజామునే నిద్ర లేచేవాడ్ని. పేపర్లు వేసేవాణ్ణి. ఇప్పుడు కూడా తెల్లవారు జామునే లేస్తున్నాను. మీకోసం కష్టపడుతున్నాను. నేను కిందనుంచి వచ్చిన వాణ్ణి. మీ వాణ్ణి....”

బొచ్చెనేత జిందాబాద్. లత్కోర్ సాబ్ జిందాబాద్ అంటూ జెనం పెద్దగా అరిచారు. వారి అరుపులకు బ్రేక్ పడగానే లత్కోర్ తన ఉపన్యాసాన్ని తిరిగి

మొదలు పెట్టాడు.

"మళ్ళీ నేను మహామంత్రినైతే ప్రతి జిల్లా కేంద్రంలో ఒక విమానాశ్రయాన్ని ఏర్పాటు చేస్తాను. ఎలాంటి కుదుపుల్లేకుండా ఎంచక్కా మీరంతా విమానాల్లో తిరగొచ్చు. విమానాశ్రయాల వల్ల ఎందరికో ఉద్యోగాలొస్తాయి. హొటళ్ళూ, దుకాణాలూ పెట్టుకోడానికి అవకాశాలు వస్తాయి.

మా పార్టీ అధికారంలోకి వస్తే ఉచితంగా గ్యాస్ స్టవ్ లిస్తాం. మేమే వంట చేసి పెడతాం. ఉచితంగా చొక్కా ప్యాంటూ, చీరా రవికా ఇస్తాం. మీ బట్టలు మేమే ఉతుకుతాం. అందరికీ మేమే గుండు కొడతాం. నామాలు పెడతాం. ముసలివాళ్ళకూ, వితంతువులకూ పెన్షన్ లిస్తాం. నిరుద్యోగులకి తిండి పెడతాం. తాగడానికి మందు పోస్తాం. కాల్చుకోడానికి సిగరెట్లిస్తాం. ఇళ్ళు కట్టిస్తాం. మధ్యాహ్నం ఆఫీసుల్లో ఉద్యోగులు కునుకు తియ్యడానికి మెత్తటి పరుపులేస్తాం.

ప్రతిపక్షాలు ముఖ్యంగా పల్లేరుగాయల పార్టీ నాయకుల మాటలు నమ్మకండి. వాళ్ల మాటలు నీటి బుడగలు. పాము పడగలు. వాళ్ళు వట్టి దద్దమ్మలు. అవి చేస్తాం ఇవి చేస్తాం అంటారే తప్ప ఏం చెయ్యరు. వాళ్ళకు గంజాయి తోటలున్నాయి. స్మగ్లర్లతో సంబంధాలున్నాయి. మా పార్టీని ఆదరించండి. బొచ్చె గుర్తుకే ఓట్లేయండి. జై బొచ్చె. జైజై బొచ్చె" అంటూ లత్కోర్ స్పీచ్ కొట్టాడు.

సభకొచ్చిన జనాలు చప్పట్లు కొట్టారు. లత్కోర్ జిందాబాద్ అంటూ పెద్దగా అరిచారు అని నిత్యానందుడు చెప్పాడు.

23

"ఈ పురాణం ఎప్పుడైపోతుంది?" అని సందేహాల్రావ్ అడిగాడు.

"ఈ పురాణానికి అంతం లేదు. ఇది అనంతమైనది. ఒక లత్కోర్ పోతే మరో లత్కోరొస్తాడు.

పిట్ట కథతో మొదలు పెట్టిన ఈ పురాణాన్ని పిట్టకథతోనే ముగిస్తాను.

ఒక చిన్న పోరడు అసెంబ్లీ దగ్గర సైకిల్ పార్క్ జేసిండు. ఐస్ కోట్ కొనేతందుక్ నడ్సుకుంట బోతుంటె పోలీస్ కానిస్టేబుల్ గాన్ని ఆపి -

"గీ రోడ్డు గురించి నీకెర్కలేదా? ఎంతోమంది ఎమ్మెల్యేలు, ఎమ్మెల్సీలు,

మంత్రులు ఆకర్కి మహామంత్రి గూడా గీదాని మీద్కెల్లి బోతరు" అని అన్నడు.

"ఫికర్ జెయ్యకుండ్రి అంకుల్. నా సైకిల్కు తాలమేసిన" అని గా పోరడు అన్నడు"

ఆ తీరుగా ఈ పురాణం కతలు కతలుగా పెరిగి జెనానికి కతలే కావాలన్నది నిజమయ్యే రోజు దగ్గర పడుతున్నట్టే కనిపిస్తోంది, వినిపిస్తోంది, మైమరపిస్తోంది.

www.ingramcontent.com/pod-product-compliance
Lightning Source LLC
Chambersburg PA
CBHW020603030625
27579CB00038B/665
9789392968570